समृद्धभूमी   छत्तीसगड

दिलीपराज प्रकाशन प्रा. लि.™

२५१ क, शनिवार पेठ, पुणे - ४११०३०.

दिलीपराज प्रकाशनाची सर्व पुस्तके आता आपण **Online** खरेदी करू शकता.

आमच्या **Website** ला कृपया एकदा अवश्य भेट द्या अथवा **Email** करा.

Email - diliprajprakashan@yahoo.in

www.diliprajprakashan.in

आपला
भारत १३

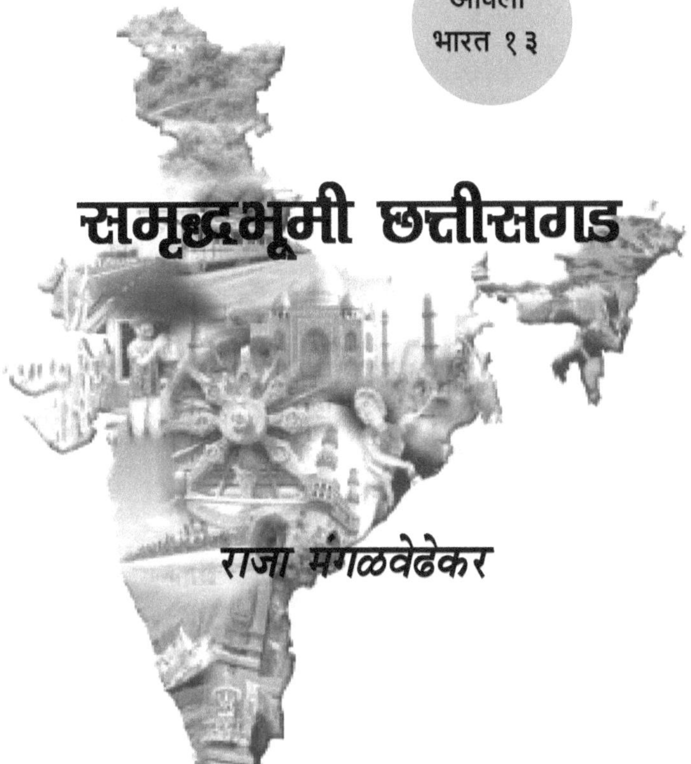

समृद्धभूमी छत्तीसगड

राजा मंगळवेढेकर

दिलीपराज प्रकाशन प्रा. लि.™

२५१ क, शनिवार पेठ, पुणे - ४११०३०.

समृद्धभूमी छत्तीसगड
Smrudhabhumee Chattisgad

लेखक : राजा मंगळवेढेकर

ISBN : 978 - 93 - 5117 - 003 - 7

प्रकाशक । राजीव दत्तात्रय बर्वे । मॅनेजिंग डायरेक्टर
दिलीपराज प्रकाशन प्रा. लि. । २५१ क, शनिवार पेठ । पुणे ४११०३०.
दूरध्वनी क्रमांक (फॅक्ससहित)
२४४७१७२३ । २४४८३९९५ । २४४९५३१४

मुद्रक । रेप्रो इंडिया लिमिटेड, मुंबई

सुधारित आधुनिक आवृत्ती । १५ जून २०१५
(मे २०१५ पर्यंतच्या माहितीसह)

प्रकाशन क्रमांक । २१६२

अक्षरजुळणी । सौ. मधुमिता राजीव बर्वे
पितृछाया मुद्रणालय । ९०९, रविवार पेठ । पुणे ४११००२.

मुद्रितशोधन । सुभाष फडके

मुखपृष्ठ । सागर नेने

भिन्नतेत या अभिन्न...

भिन्नतेत या अभिन्न आज गाऊ आरती

लक्ष हस्त, लक्ष पाद, हृदय एक भारती

भिन्न वेष, भिन्न भाष, भिन्न धर्मरीती

भिन्न जात, भिन्न पंथ, तरीही एक संस्कृती ।।१।।

भिन्न रंग, भिन्न ढंग, भिन्न भाव-आकृती

भिन्न छंद, भिन्न बंध, आगळी कलाकृती ।

भिन्न वाणी, भिन्न गाणी, अर्थ एक वाहती

भिन्न शौर्य, भिन्न धैर्य, घोष एक गर्जती ।।२।।

भिन्न भवन, भिन्न हवन, भिन्न क्षेत्र मानिती

लहर लहर भिन्न तरी, एक गगन-माती ।

भिन्न तार, ताल तरी, एक मधुर झंकृती

कमलपुष्प हासते पाकळ्यांतुनी किती ।।३।।

-राजा मंगळवेढेकर

अनुक्रमणिका

१. समृद्धभूमी ७

२. साक्षी इतिहास १०

३. लोक आणि लोकाचार १३

४. भाषा आणि साहित्य २८

५. स्थलयात्रा ३४

६. विकासोन्मुख छत्तीसगड ५२

१. समृद्धभूमी

१ नोव्हेंबर २००० या दिवशी हे राज्य मध्य प्रदेशापासून वेगळे केले गेले. नव्या राज्याची निर्मिती ही एक दीर्घ अशी लोकशाही प्रक्रिया आहे. केंद्र सरकार हा निर्णय घेण्याची पूर्वतयारी म्हणून एक आयोग नेमून त्याला या विषयासंबंधी अभ्यास करून अहवाल सादर करण्यास सांगू शकते. या आयोगाने नवीन राज्याच्या सीमा, शेजारी राज्यांबरोबरचे पाणी वाटप, राजधानी, उच्च न्यायालयाची स्थापना तसेच राज्य निर्मितीसाठी आवश्यक असणाऱ्या अन्य बाबींचा विचार करावयाचा असतो. आयोगाच्या अहवालानंतर त्यावर कॅबिनेटच्या बैठकीत चर्चा होते व मंत्रीमंडळ राष्ट्रपतींना त्यासंबंधी योग्य ती शिफारस करते. त्यानंतर लोकसभेत किंवा राज्यसभेत राष्ट्रपतींच्या शिफारसीनुसार संबंधित बदल करण्यासाठीचे बिल प्रस्तुत करावे लागते. त्यानंतर हे बिल संबंधित राज्याच्या विधानसभेकडे त्यांनी निर्धारित समयात त्यांचा अभिप्राय, विचारविमर्श आणि अनुसंमती केंद्राला कळवावी यासाठी पाठविले जाते. (ज्या राज्यांत विधानसभा व विधानपरिषद ही दोन्ही सदने असतील, त्या राज्यात या दोन्ही सदनात ही प्रक्रिया करणे आवश्यक असते.) त्या राज्याच्या विधानसभेने निर्धारित समयाच्या आत सर्वानुमतीने त्यासंबंधीचा ठराव पास करून तो केंद्राकडे पाठवावा लागतो. राष्ट्रपतींवर राज्यातून पास झालेला ठराव बंधनकारक नसतो. राज्याने त्या विरुद्ध ठराव केला किंवा निर्धारित समयमर्यादेत कोणताही ठराव केला नाही, तरीही राष्ट्रपतींना नवीन राज्य निर्मिती करण्याचा किंवा न करण्याचा अधिकार असतो. तरीही केंद्र सरकारच्या निर्णयाच्या बाजूने जनमत वळविण्याची राजकीय आवश्यकता तसेच लोकांच्या इच्छा व आकांक्षा लक्षात घेतल्या जातात. नवीन राज्य निर्मितीसाठी राज्य सरकारने त्यांच्या विधानसभेत पास केलेल्या बिलाला लोकसभा व राज्यसभा यांच्याकडून अनुसंमती असल्याचे स्वतंत्र बिल प्रस्तुत केले जाते व ते दोन्ही गृहात बहुमताने पास झाल्यावर नवीन राज्याची स्थापना होते.

फार पूर्वी या प्रदेशाला दक्षिण कोशल या नावाने ओळखले जात असे. १७९५ मध्ये मराठ्यांच्या कारकिर्दीत छत्तीसगड हे नाव अधिकृतरीत्या वापरात आले. असे असले तरी या प्रदेशात ३६ किल्ले किंवा गडांचे अवशेष सापडत नाहीत. काही तज्ञांच्या मते हा चेदिसगढ या शब्दाचा अपभ्रंश असावा. शिशुपाल हा चेदी प्रदेशाचा राजा होता, असा महाभारतात उल्लेख आहे. तथापि, त्याकाळच्या विविध राज्यांचा नकाशा पाहिला असता चेदी राज्यापेक्षा दक्षिण कोशल हे अधिक संयुक्तिक वाटते.

हा प्रांत दक्षिणेला आंध्र प्रदेश, पूर्वेला ओडिसा आणि झारखंड, उत्तरेला उत्तर प्रदेश आणि मध्यप्रदेश तर पश्चिमेला महाराष्ट्र या राज्यांनी वेढलेला आहे. या प्रांताच्या उत्तर व दक्षिणेला डोंगराळ भाग असला तरी मधल्या भागात सुपीक जमीन आहे. महानदी व तिच्या उपनदया या भागाला पाणी पुरवितात व येथे प्रामुख्याने भातशेती होते. गोदावरी नदी या प्रांताच्या दक्षिण भागातून वाहते. इंद्रावती ही महानदीची प्रमुख उपनदी आहे.

या प्रदेशातील लोकसंख्येचे धर्मनिहाय वितरण, तसेच साक्षरता, स्त्री-पुरुष गुणोत्तर वगैरे तपशील पुढील कोष्टकात दिला आहे.

छत्तीसगड

लोकसंख्या	**मुस्लिम %**	**हिंदू %**	**ख्रिश्चन %**	**बौद्ध व अन्य %**
२,०८,३३,८०३ *२००१ च्या जनगणनेनुसार	४,०९,६१ १.९७	१,९७,२९,६७० ९४.७०	४,०१,०३५ १.९२	२,९३,४८३ १.४१

एक लाखावर लोकवस्ती असलेली एकूण ९ शहरे छत्तीसगडमध्ये असून त्यातील सर्वांत मोठे शहर म्हणजे राजधानी रायपूर (लोकसंख्या १,०१०,०८७) हे आहे, तर भिलाईनगरची लोकसंख्या ६२५,६९७ इतकी आहे. या राज्याच्या विधानसभेत ९० आमदार असतात. छत्तीसगड राज्यातून लोकसभेच्या ११ तर राज्यसभेच्या ५ जागा आहेत. छत्तीसगडमध्ये एकूण २७ जिल्हे आहेत. त्यापैकी सूरजपूर बलरामपूर, मुंगेली, बेमेतारा, बलोदा बजार, बालोद, गारियाबाद, कोंडागाव आणि सुकमा हे ९ नवीन जिल्हे १ जानेवारी २०१२ पासून अस्तित्वात आले

आहेत. त्यांची माहिती २०११ च्या जनगणनेत उपलब्ध नाही.

जिल्हा	लोकसंख्या	जिल्हा	लोकसंख्या
बस्तर	१४,११,६४४	कोरबा	१२,०६,५६३
बिजापूर	२,५५,१८०	कोरीया	६,५९,०३९
बिलासपूर	२६,६२,०७७	महासमुंद	१०,३२,२७५
दक्षिण बस्तर दांतेवाडा	५,३२,७९१	नारायणपूर	१,४०,२०६
धमतारी	७,९९,१९९	रायगढ	१४,९३,६२७
दुर्ग	३३,४३,०७९	रायपूर	४०,६२,१६०
जंजगीर-चंपा	१६,२०,६३२	राजनंदगाव	१५,३७,५२०
जशपूर	८५२,०४३	उत्तर बस्तर	७,४८,५९३
कबीरधाम	८,२२,२३९	कांकेर सुरुगुडम	२,३६१,३२९
एकूण लोकसंख्या २,५५,४५,१९८	**स्त्री:पुरुष गुणोत्तर** ९९१/१०००	**साक्षरता** ७०.२८%	**शहरी:ग्रामीण गुणोत्तर** २३/७७
एकूण क्षेत्रफळ १,३५,१९१ कि.मी²	**जंगले** ५९,७७२ किमी²	**सिंचनाखालचे** १५९१ हजार हेक्टर	**९ शहरे** १९,७४४ खेडी

येथे छत्तीसगडी भाषा प्रचलित आहे. ही हिंदीचीच एक बोलीभाषा आहे. या राज्याचा प्राणी रानटी म्हैस आहे, तर पक्षी डोंगरी मैना आहे. हे राज्य पोलाद व विद्युत यांच्या निर्मितीसाठी प्रसिद्ध आहे.

★★★

२. साक्षी इतिहास

छत्तीसगड हे मध्य-प्रदेशातील एका विभागाचे नाव आहे. प्राचीन काळी या प्रदेशात छत्तीस-गढ-किल्ले होते, म्हणून त्याला छत्तीसगड असे नाव मिळाले अशी आख्यायिका आहे. प्राचीन काळी इथे संस्कृती व समृद्धी नांदत होती. पूर्वी या भागाला दक्षिण कोसल म्हणत असत. आता महाकोसल म्हणतात. समुद्रगुप्ताच्या वेळी दक्षिण कोसलवर राज्य करणारा राजा महेंद्र हा वाकाटकांचा सामंत असावा. पुढे तो समुद्रगुप्ताच्या वर्चस्वाखाली आला. पाचव्या शतकात त्या वंशातील राजा भीमसेन वाकाटाकांचा मांडलिक होता. नवव्या शतकात या भागात बाण वंशाचे राजे होते. त्रिपुरीचा कलचुरी नृपती शंकरगण याने तिथल्या राजाचा पराभव करून तिथे आपल्या भावाची नेमणूक केली होती. पण ते राज्य फार काळ टिकले नाही. पुढे इ. स. १००० च्या सुमारास कलिंगराजनामक कलचुरी राजपुत्राने दक्षिण कोसल देश जिंकून तुमाण येथे आपली राजधानी स्थापली. तेव्हापसून अठराव्या शतकापर्यंत म्हणजे सुमारे आठशे वर्षे छत्तीसगड प्रदेशावर कलचुरी वंशाचे राज्य चालू होते. त्यानंतर तिथे मराठ्यांची सत्ता प्रस्थापित झाली. पुढे हाही प्रदेश ब्रिटिश सत्तेखाली आला.

या प्रदेशाच्या नावाचा उल्लेख रामायण आणि महाभारतातदेखील आढळतो. ज्या दंडकारण्यात वनवासात राम राहिला होता. तो हाच प्रदेश असे मानले जाते. देशात एतरत्र मानव वस्ती अस्तित्वात येण्याच्या बऱ्याच आधीपासून येथे मानव वस्ती होती व इतिहासकार व मानववंशशास्त्रज्ञ या विषयात अधिक संशोधन करुन येथील पहिल्या मानवी वस्तीची कालनिश्चिती करण्याचा प्रयत्नात आहेत.

मगध साम्राज्याच्या काळापासून आपल्या देशावर राज्य करणाऱ्या उत्तरेकडील किंवा दक्षिणेकडील प्रत्येक साम्राज्याचा छत्तीसगड हा एक भाग राहिला होता. परंतु येथील दुर्गम प्रदेशामुळे हे वर्चस्व केवळ राजकीय असे. व त्यांच्या चालीरीती,

संस्कृती, जशाच्या तशा टिकून राहिल्या आहेत. सहाव्या आणि बाराव्या शतकांच्या मधल्या काळात येथे सरभपुरिया, पांडववंशी, सोमवंशी, नागवंशी, आणि कलचुरी (जायसवाल) या सम्राटांचे राज्य होते. नागपुरच्या भोसल्यांनी १९४१ ते १८४५ या काळात येथे राज्य केले. मराठ्यांच्या ऱ्हासानंतर या प्रदेशात अराजकता निर्माण झाली होती. त्यानंतर १९४७ सालापर्यंत ब्रिटीशांचे राज्य होते. पूर्वीची राजधानी रतनपुर हिचे महत्व ब्रिटिशांच्या काळात कमी होत गेले व रायपुरचे महत्व वाढत गेले. ब्रिटीशांनी त्यांच्या फोडा आणि झोडा या धोरणानुसार १९०५ साली संबलपूर जिल्हा ओडिशामध्ये टाकला आणि सरगुजामधील एस्टेटी बंगालमधून छत्तीसगडमध्ये टाकल्या. आदीवासी लोक जर संघटित झाले तर ब्रिटिश साम्राज्याला धोका उत्पन्न होईल, तेव्हा त्यांना प्रशासकीय मार्गांनी विभागून टाकणे हेच श्रेयस्कर आहे, अशी विचारसरणी हे या मागचे कारण होते. तरीही इंग्रजांना येथील खनिज संपत्तीचे व्यापारी महत्त्व लगेचच कळाले होते. व त्या दृष्टीने त्यांनी संपुर्ण प्रदेशात रेल्वेचे जाळे पसरवले व खाणींमधून खनिजसंपत्ती काढायला सुरुवात केली. छत्तीसगडच्या इतिहासाला यामुळे एक वेगळीच कलाटणी मिळाली. देशाच्या विविध भागातून अठरापगड जातीचे लोक या प्रदेशात येऊन राहिले. व त्यामुळे येथील लोकसंख्येत असमतोल निर्माण झाला. एवढेच नाही. तर त्यांची संस्कृती व स्वातंत्र्य यांना धोका निर्माण झाला. तेथील पुर्वीचे आदिवासी व जनमातींचे राजे आणि राजकीय किंवा व्यापारी उद्देशाने आलेले नवे राज्यकर्ते यांच्यातील संघर्षाची सुरवात झाली.

सध्याच्या छत्तीसगडचा प्रदेश १ नोव्हे. १९५६ रोजी स्टेट्स रीऑर्गनायझेशन कायद्यानुसार मध्यप्रदेशाचा भाग झाला व ४४ वर्षांपर्यत तसाच राहला. १ नोव्हेंबर २००० रोजी छत्तीसगड या नव्या राज्याची स्थापना केली गेली.

तसे पाहिले तर स्वतंत्र छत्तीसगड राज्याची मागणी १९२० च्या दशकात पुढे आली. विविध सर्वपक्षीय मंचावर हा मुद्दा उपस्थित केला जात आहे. परंतु जाहीरसभा, परिषदा, छोटे-मोठे संप किंवा अर्ज, ठराव अशा स्वरूपापलिकडे ही मागणी जात नव्हती. व तिला एका सुसंघटित आंदोलनाचे रुप प्राप्त होत नव्हते. सर्वप्रथम १९२४ साली रायपूरच्या कॉंग्रेस पक्षाच्या कार्यालयाने ही मागणी लावून धरली व त्या विषयी त्रिपुरा कॉंग्रेसच्या वार्षिक सत्रात चर्चासुद्धा झाली होती. छत्तीसगड साठी एक स्वतंत्र प्रादेशिक कॉंग्रेस संघटनेची निर्मिती करण्याविषयीपण विचार विनिमय करण्यात आला होता. १९५४ साली जेव्हा स्टेट्स रीऑर्गनायझेशन कमिशन स्थापले गेले, तेव्हाही स्वतंत्र छत्तीसगड राज्याची मागणी कमिशनसमोर ठेवली गेली, परंतु ती मान्य झाली नाही. तत्कालिन मध्य भारत राज्याच्या नागपूर

CHHATISGARH

येथील विधानसभेच्या सत्रात १९५५ साली ही मागणी करण्यात आली होती. ९० च्या दशकात या मागणीने अधिक जोर धरला व चंदूलाल यांच्या नेतृत्वाखाली छत्तीसगड राज्य निर्माण मंचाची स्थापना झाली. या मंचातर्फे अनेक यशस्वी बंद, हरताळ व सभा आयोजित केल्या गेल्या. भारतीय जनता पक्ष व भारतीय राष्ट्रीय काँग्रेस या दोन प्रमुख राजकीय पक्षांचा या आंदोलनाला पाठिंबा होता.

त्या वेळी केंद्रसरकारात एनडीएचे राज्य होते. व त्यांनी स्वतंत्र छत्तीसगड चे विधेयक मध्यप्रदेश विधानसभेकडे मंजुरीसाठी पाठविले तेथे एकमताने पास झाल्यावर ते पुन: लोकसभेत व राज्यसभेत मांडले गेले व तेथे मान्यता मिळाल्यावर स्वतंत्र राज्य स्थापनेचा मार्ग मोकळा झाला. राष्ट्रपतींच्या मते शिक्कामोर्तब झाल्यावर १ नोव्हेंबर २००० रोजी मध्यप्रदेशाचे विभाजन करून मध्यप्रदेश व छत्तीसगड अशी दोन वेगळी राज्ये निर्माण केली गेली.

३. लोक आणि लोकाचार

सर्वसाधारणपणे दसरा सणाचा संबंध प्रभू रामचंद्राशी जोडला जातो. बस्तर हे ठिकाण दंडकारण्यात आहे व वनवासातील बराचसा काळ रामाने तेथेच व्यतीत केला होता, असे मानले जाते. तथापि, आश्चर्याची गोष्ट अशी की, बस्तरच्या दसऱ्याचा आणि रामाचा काही एक संबंध नाही. रामाने केलेल्या रावणवधाचा आनंद साजरा करण्याऐवजी येथील लोक देवी माऊलीच्या उत्सवात रममाण होतात.

काकतीय हे येथील पूर्वीचे राजघराणे होते. त्याची कुलदेवी दांतेश्वरी होती. देवी माऊली या कुलदेवतेची ज्येष्ठ भगिनी मानली जाते. राजा दहा दिवसांच्या कालावधीत राज्यकारभार बाजूला ठेवून देवीची पूर्ण वेळ आराधना करीत असे व ज्याच्या अंगात देवी येते अशा सिराहाच्या (माध्यमाच्या) मार्फत राज्याविषयी माहिती मिळवीत असे. जगदाळपूर येथील दांतेश्वरी मंदिरात शेकडो पुजारी वेगवेगळ्या ठिकाणांवरून फुलांनी श्रृंगारलेल्या देवीच्या मूर्ती घेऊन मोठ्या मिरवणुकीसह येत असत व मोठ्या धामधुमीत हा सोहळा पार पाडत. परंपरेप्रमाणे बस्तरचा दसरा सोहळा श्रावणातील अमावास्येपासून अश्विनातील त्रयोदशीपर्यंत साजरा केला जात असे. भारतातून राजेशाही बंद केल्यानंतरही गेली पन्नास वर्षे ही प्रथा पाळली जाते आहे.

वेगवेगळ्या गावांतील लोकांना विशिष्ट कामे सोपविलेली असतात. बेडा उमरगावच्या सावरा वनजातीच्या सुतारांनी रथांची जोडी बनवायची असते, तर करंजी, केसरपाल आणि सोनाबल गावच्या पारजा वनजातीच्या लोकांनी रथ ओढण्यासाठी लागणारा जाडजूड दोरखंड पुरवायचा असतो. रथाची निर्मिती धाकडांच्या देखरेखीत होते तर खाकी जातीचे लोक रथाची पूजा करतात. लहान रथ ओढायची जबाबदारी काचोरपटी आणि अगरवारा परगण्यातील तरुणांची असते, तर मोठा रथ किल्लेपालच्या मारियांनी ओढायचा असतो. सर्व मंत्र, धार्मिक गाणी वगैरे म्हणायचा मान पोटनार गावातील मुंडा लोकांचा असतो. दिसायला ओबडधोबड असा हा रथ ओढायला

४०० हून अधिक लोक लागतात. हा रथ दरवर्षी नव्याने पारंपारिक पद्धतीनेच आधुनिक साधनांचा अजिबात उपयोग न करता बनविला जातो. या सणाच्या प्रसंगी बस्तर राज्यातील तत्कालिन राजे महाराजे त्यांच्या मुरिया दरबारात प्रजेला काही विशेष भेटवस्तू देत असत. या संपूर्ण सोहळ्यात काही विलक्षण प्रथा दिसतात. उदाहरणार्थ - काटे पसरलेल्या जमिनीवर तरुण मुली नाच करतात किंवा एक तरुण, ज्याला जोगी असे म्हणतात. ९ दिवस स्वत:ला खांद्यापर्यंत जमिनीत गाडून घेतो आणि झपाटलेल्या किंवा अंगात आलेल्या व्यक्ती रस्त्यावर मुक्तपणे नृत्य करतात वगैरे.

आदीवासी लोकांसाठी लाकूड हे अत्यंत पवित्र असते. रथ बनविण्यासाठी लाकूड कापणे हा सुद्धा एक मोठा विधी असतो. श्रावणी अमावस्येला राजवाड्यातील मंदिराच्या सिंहद्वारात लाकडाचा एक मोठा ओंडका ठेवला जातो आणि बळी दिलेल्या प्राण्याचे रक्त ओंडक्यावर शिंपडून सोहळ्याला सुरुवात होते. भाद्रपद महिन्याच्या शुद्ध द्वादशीच्या दिवशी राजवाड्याच्या बाहेरच्या पारंपारिक सिरासारमध्ये (एक प्रकारचा टाऊन हॉल) दोन खांब रोवले जातात. याला डेरी गढाई असे म्हणतात. अश्विन महिन्याच्या अमावस्येला कांचन गद्दी नावाचे सिंहासन उभारले जाते. मर्जिन-महार जातीतील (एक अनुसूचित जाती) एका तरुण मुलीच्या अंगात कांचन देवी प्रविष्ट होते, असा समज आहे. ही तरुणी काट्यांच्या बिछान्यावर झोके घेते, एक तलवार परजते आणि सोहळ्याची सुरुवात करण्याचे प्रतीक म्हणून राजाला एक फूल देते. हे फूल घेण्यासाठी राजा एक मिरवणूक घेऊन तिच्याकडे येतो.

कलश स्थापना अश्विन महिन्याच्या शुद्ध प्रतिपदेला नवरात्र सुरू होते. जगदाळपूर येथील दांतेश्वरी, माऊली आणि कंकालिन या देव्यांचे पवित्र कलश स्थापून आणि ब्राह्मणांद्वारे पवित्र मंत्रोच्चारासहित नवरात्राचा उत्सव सुरू होतो.

जोगी बिठाई जोग्याची साधना अश्विन महिन्याच्या शुद्ध प्रतिपदेला हलबा जातीतील एक जोगी, तरुण मुलगा सिरासारमध्ये स्वत:ला या उत्सवाच्या यशासाठी खांद्यापर्यंत पुरून घेतो. हे दिव्य करण्याआधी एक बकरा आणि सात मांगूर मासे बळी दिले जातात.

रथ परिक्रमा जोग्याची साधना सुरू झाल्याच्या दुसऱ्या दिवसापासून एक चार चाकी फूल-रथ रोज संध्याकाळी माऊलीच्या देवळाला प्रदक्षिणा घालतो. हे सप्तमीपर्यंत चालते.

पूर्वी हा १२ चाकांचा रथ असे आणि त्याला खेचणे अतिशय अवघड असे. आता चार चाकी रथ पहिल्या सात दिवसांच्या प्रदक्षिणेला आणि एक दुसरा ८ चाकी रथ दहाव्या व अकराव्या दिवसाच्या मोठ्या मिरवणुकीत वापरला जातो. आठव्या

आणि नवव्या दिवशी रथाला आराम असतो.

निशा जत्रा अश्विन महिन्याच्या शुद्ध अष्टमीला (दुर्गा-अष्टमी) इतवारी म्हणजे रविवारच्याबाजाराचा जागी एक मोठी दिव्यांची मिरवणूक नेतात. याला निशा जत्रा असे म्हणतात.

जोगी उठाई अश्विन महिन्याच्या शुद्ध नवमीला जोग्याची साधना पूर्ण होते आणि त्याला समारंभपूर्वक खड्ड्यातून बाहेर काढले जाते. त्याला पवित्र वस्तू भेट दिल्या जातात.

माऊलीची पालखी माऊली म्हणजे दांतेश्र्वरी देवीची मोठी बहिण ही काकतीय राजघराण्याच्या पूर्वीपासूनची बस्तरची ग्रामदेवता मानली जाते. दांतेवाडापासून तिला पालखीमध्ये चार युवतींच्या खांद्यांवरून मिरवत आणली जाते. नंतर तिला दांतेश्वरीच्या मंदिरात ठेवतात. विजयादशमीच्या दिवशी आठ चाकांच्या रथाची नेहमीसारखी माऊलीच्या देवळाभोवती प्रदक्षिणा होते. या रथात पूर्वी एका झोपाळ्यावर राजाची स्वारी बसत असे. हल्ली राजगुरू देवी दांतेश्वरीची छत्री घेऊन रथात बसतात. या रथाने आतील प्रदक्षिणा **(भीतर रैनी)** पुरी केली की, रथाला रात्री विश्रांतीसाठी मोकळे सोडतात. त्यावेळी साधारण ४०० मारिया व मुरिया तो रथ चोरतात व अंदाजे २ किलोमीटर दूर इंद्रावती नदीच्या दक्षिण किनाऱ्यावरच्या कुमदाकोत नावाच्या एका शाल्व वृक्षांच्या राईत घेऊन जातात. अश्विन महिन्याच्या शुद्ध एकादशीला राजा कुमाकोतला येऊन देवीला नवीन पिकातील तांदुळाचा भात शिजवून अर्पण करतो. त्यानंतर प्रसाद ग्रहण करून मुख्य रस्त्याने **(बाहर रैनी)** वाजत गाजत तो रथ राजवाड्याच्या सिंहद्वारातून ओढत नेला जातो. अश्विन महिन्याच्या शुद्ध **द्वादशीला** कांचन देवीच्या कृपेने सर्व सोहळा व्यवस्थित पार पडल्याच्या आनंदाप्रीत्यर्थ कांचन जत्रा भरते. त्याचदिवशी विविध जनजातींच्या मुखियांची राजाबरोबर बैठक भरत असे. याला **मुरिया दरबार** असे म्हणत. हल्ली, या बैठकीत लोक-प्रतिनिधी व प्रशासकीय अधिकाऱ्यांची हजेरी असते. त्रयोदशीला बस्तरच्या वेगवेगळ्या भागांतून आलेल्या देवीच्या मूर्तींना समारंभपूर्वक परत पाठविले जाते. दांतेवाड्याहून आलेल्या माउली देवीलाही नवे कपडे व दागदागिन्यांनी नटवून परत पाठवतात. या कार्यक्रमाला **ओहाडी** असे म्हणतात.

या सणाचे वैशिष्ट्य म्हणजे सर्व जाती-जमातीतील लोक या निमित्ताने एकत्र येतात व आपापल्या देवीदेवतांची पूजा करतात. प्रत्येक जातीचे काम ठरलेले असते. भात्र वनजातीचे लोक धनुष्य बाण हातात घेऊन रथाला वाट मोकळी करून देतात, तर काछिन्गुडी देवळात जिच्या अंगात देवी येते ती मुलगी कोष्टी जातीची असते. अशा रीतीने बस्तरचा दशहरा स्थानिक दंतकथा आणि वेगवेगळ्या वन्य जातींच्या परंपरांचे जतन करतो.

गोंचा सण

गोंचा सण हा आपल्याला बस्तरच्या विविध वन्य जातींच्या उत्साहाचे व आनंदाचे दर्शन करवून देतो. खरे तर गोंचा हे एक प्रकारचे फळ आहे. वन्य जमातीमधले लोक बांबू किंवा तुक्कीपासून एक बंदूक बनवतात. गोंचाचे फळ म्हणजे या बंदुकीतील गोळी असते. या बंदुकीने लुटूपुटूची लढाई खेळली जतो. या लढाईमध्ये कोणी कुणाला मारत नाही, पण तरीही त्यांना त्यातून फारच आनंद मिळतो. सर्वसाधारणपणे हा सण रथयात्रेच्या वेळी म्हणजे आषाढ शुद्ध द्वितीयेला (इंग्रजी जुलै महिन्यात) साजरा केला जातो.

छत्तीसगडमध्ये अनेक प्रकारचे आदीवासी लोक राहतात. त्यापैकी मुख्य म्हणजे गोंडाच्या पोटजातीतील मुडिया आणि माडिया. हे लोक बस्तर प्रदेशात राहतात. सरगुजा जिल्ह्यात कोरवा व पांडो, तसेच रायपूर आणि धमतरी या जिल्ह्यांत कमार अशा आदिवासी जमाती राहतात. त्यांची माहिती पुढीलप्रमाणे आहे.

माडिया

गोंडांच्या अनेक पोटजाती आहेत आणि वेगवेगळ्या प्रदेशांत राहणाऱ्या गोंडांची नावेही वेगवेगळी आहेत. बस्तर जिल्ह्यात राहणाऱ्या गोंडांना माडिया गोंड म्हणतात. त्यांच्यांतही पहाडी माडिया आणि बिसनशिंगी माडिया असे दोन भेद आहेत. पहाडी माडिया हे बस्तरमधील अबुझमाड पर्वतावर आणि बिसनशिंगी माडिया इंद्रावती नदीच्या दक्षिणेकडे सखल प्रदेशात राहतात.

बिसनशिंगी माडिया स्त्री-पुरुष शरीराने दणकट आणि रेखीव बांध्याचे

असतात. त्यांचे नाक, डोळे चांगले तरतरीत असतात. अनेकांचे केस भुऱ्या रंगाचे असतात. पुरुष डोक्यावरील पुढच्या बाजूने दोन इंच केस कापतात आणि बाकीचे वाढवितात. पुरुष कटिवस्त्र गुंडाळतात. काही पुरुष डोक्याला पागोटे बांधतात. त्यांच्या कमरेला लाकडी फणी व तंबाखूची लाकडी डबी असते. कानांत अनेक सुंकली, हातांत एक एक कडे व गळ्यात मण्यांच्या माळा असतात. स्त्रिया कमरेभोवती पांढरे तोकडे वस्त्र गुंडाळतात व गळ्यात काचेच्या रंगीत मण्यांच्या माळा आणि लोखंडी व पितळी सऱ्या घालतात. दंडांत वाकी, हातांत कथलाच्या जाड बांगड्या, कानांत कर्णफुले, नाकात चमक्या आणि पायांत वाळे हे त्यांचे अलंकार असतात. शिवाय केसांत त्या पिना व फण्या अडकवतात.

त्यांच्या गावाभोवती बांबूंच्या कामट्यांचे दाट कुंपण असते. वन्य पशूंपासून संरक्षण व्हावे म्हणून ही योजना असते. एका गावात बहुधा दहा-बारा झोपड्या असतात आणि त्या नात्यागोत्यातील लोकांच्या असतात.

झोपड्यांचे छप्पर गवताचे व भिंती, माती व बांबूच्या कामट्या यांनी बनवलेल्या असतात. घरे स्वच्छ असतात. घराशेजारी लहान-मोठे शेत असते. आणि गुरांसाठी गोठे पण असतात. प्रत्येक गावात गाव-मुख्याच्या घराशेजारी एक प्रशस्त झोपडी बांधलेली असते. गावात येणाऱ्या पाहुण्यांची व्यवस्था या ठिकाणी होते. एरवी तरुण मुले त्याचा सामुदायिक शयनगृह म्हणून उपयोग करतात. मुलींसाठी वेगळे शयनगृह असते.

शेती हा मांडियांचा मुख्य व्यवसाय आहे. जंगलांतील काही झाडे ते तोडतात आणि वाळली की जाळतात. मग त्या राखेत बी पेरतात. भात, उटकी, बाजरी, भोपळे, काकड्या, वाटाणा इत्यादी पिके ते काढतात. याशिवाय ते जंगलांतील कंदमुळे, फळे वगैरे गोळा करतात आणि कोंबड्या, बकरी, डुकरे पाळतात. शिकार करणे आणि मासे मारणे हे त्यांचे आवडीचे उद्योग आहेत. स्वत:च्या उपयोगासाठी ते पानांच्या किंवा बांबूच्या चटया विणतात.

भात, कंदमुळे, फळे, मांस व मासे असा त्यांचा आहार असतो. ताडी, मोहाची दारू व खजुराची दारू ही यांची पेये असतात. तांदूळ व ज्वारी यापासून बनवलेले मद्य यांना फार प्रिय असते. हे लोक जी बोली बोलतात तिला माडिया असे म्हणतात.

पहाडी माडिया हे वर्णाने काळे, मध्यम उंचीचे आणि बसक्या नाकाचे असतात. त्यांचे ओठ जाड आणि काळे असतात. त्यांचे शरीर पिळदार असते. त्यांच्या स्त्रियाही दणकट असतात. त्या डोक्यावर ओझी घेऊन दूर अंतरांवर असलेल्या बाजाराला अनेक डोंगर पायी चढून व उतरून जातात. पहाडी माडिया पुरुष फक्त एक कटिवस्त्र नेसतो व डोक्याचा घेरा करतो. गळयात मण्यांच्या एक-दोन माळा असतात; कानांत जस्ताची मोठी वलये असतात. स्त्रियाही कंबरेभोवती एक वस्त्र गुंडाळतात; केसांचा भांग पाडून मागे अंबाडा बांधतात. गळयात रंगीबेरंगी मण्यांच्या माळा आणि लोखंडी व पितळी सऱ्या घालतात. पहाडी माडियांच्या कंबरेला कोयतीसारखे एक हत्यार खोचलेले असते. फेकून मारण्यासारखे लहान

लहान भाले, खुपसून मारायचे मोठे भाले, कुऱ्हाडी व धनुष्यबाण ही त्यांची प्रमुख आयुधे असतात.

हे लोक स्वभावाने आनंदी असतात. ते मोकळ्या मनाचे, प्रामाणिक आणि आतिथ्यशील असतात. या लोकांची खेडी डोंगरमाथ्यावर वसलेली असतात. यांची घरे मोकळ्या जागेच्या दोन्ही बाजूंना बांधलेली असतात. गावाच्या एका टोकाला सामूहिक शयनगृह असते. क्वचित शयनगृहाच्या आवारात ग्रामदेवतेचे मंदिर असते किंवा ते गावाच्या सीमेवर असते. गावातल्या घरांपासून दूर अंतरावर रज:स्वला स्त्रियांना एक आठवडाभर राहण्यासाठी एक झोपडी बांधलेली असते. यांच्या झोपड्या लांब आकाराच्या असतात. झोपड्यांच्या मागच्या बाजूला डुकरांसाठी छपरे असतात.

शेती हा यांचा मुख्य व्यवसाय असतो. ते डोंगरउतारावर झाडे तोडून व ती जाळून त्या राखेत बी पेरतात. पण दोन वर्षांनी या जागा पुन्हा शेतीसाठी निरुपयोगी होतात. मग यांना नवीन जागी बी पेरावे लागते.

कोसरा किंवा कुटकी, सावा, कोदो, तांदूळ, बाजरी, डाळी, काकड्या, भोपळे इत्यादी पिके व भाज्या ते पिकवतात. सर्व नवीन धान्य खाण्यापूर्वी ते नवान्नभक्षणाचा समारंभ करतात. त्या वेळी देवतेला काळ्या कोंबड्याचा बळी देतात. ते लोक रानात विविध प्रकारची फळे, कंदमुळे, मध गोळा करतात आणि त्यांचा खाण्यासाठी उपयोग करतात. तसेच हे बहुतेक सर्व प्रकारचे प्राणी आणि पक्षी मारून

माडिया

खातात. धनुष्यबाणाने नेमबाजी करून लक्ष्यवेध करण्यात ते फार कुशल असतात. हे डुकरे, कोंबड्या व क्वचित शेळ्या व गाई-म्हशी पाळतात. या प्राण्यांचे मांसही ते खातात. मासे पकडण्यासाठी ते बांबूचे विविध प्रकारचे सापळे बनवतात आणि त्यात मासे पकडतात. वर्षातून एकदा तरी ते सामुदायिक मासेमारी व शिकार करतात.

साबुदाण्याच्या झाडांपासून काढलेले मद्य, ताडी, शिदी, मोहाचे मद्य इत्यादी मादक पेये ते पितात. सर्वसाधारणपणे जेवण झाल्यावर हे लोक मद्य पितात. सणासुदीला तसेच विवाहसमारंभ व मृत्यू याप्रसंगी सर्व लहानथोर दारू पितात.

बांबूपासून धान्याच्या कणग्या, घरांच्या भिंती, कुंपणे, नृत्याच्या वेळच्या ढाली, धान्य मोजण्याची मापे, तऱ्हेतऱ्हेच्या टोपल्या आणि चट्या हे लोक उत्तम तयार करतात.

भूमिदेवता आणि ग्रामदेवता यांना हे लोक भजतात. भुताखेतांवर आणि जादूटोण्यांवर त्यांचा विश्वास असतो. हे लोक पितरांनी आपले काही वाईट करू नये म्हणून त्यांचीही उपासना करतात. प्रत्येक घरात कोठीच्या खोलीत मृतासाठी मडके व चूल असते. पेरणी व कापणी यावर पितरांची सत्ता चालते अशी या लोकांची समजूत आहे. यामुळे शेतीविषयक सणउत्सवात त्यांना अन्नधान्य आणि मद्य अर्पण करून संतुष्ट राखतात. कोठीच्या खोलीतील धान्याचे रक्षण पितरच करतात अशी

माडिया लोक

त्यांची समजूत असते.

वन्य जमाती -छत्तीसगड

छत्तीसगड प्रदेशात सुमारे ४५ वन्य जमाती अनेक शतकांपूर्वीपासून वसती करून राहिल्या आहेत. बंजवार, भूमानिया, बैगा व कमार असा यांचा वर्ग पडतो. हे आदिवासी लोक अगदी मागासलेले आहेत. गोंड, कवार, हळवा व धनवार यांचा दुसरा वर्ग होतो. हे लोक आता सखल प्रदेशात स्थायिक झालेले असून त्यांनी शेती हे आपले उपजिविकेचे साधन बनविले आहे. तिसऱ्या वर्गात देवार, ओजा, भिमा, व परधान यांचा अंतर्भाव होतो. या लोकांना शीघ्र कवित्त्वाची उपजत देणगी असून भाटगिरी हाच त्यांचा प्रमुख व्यवसाय आहे. छत्तीसगडी बोलीतील बरेच लोककाव्य या भटक्या कवींनी रचले आहे. सतनामी, तेली, कुळंबी, रावत, पंका, भरेवा, वगैरे जाती चौथ्या वर्गात येतात. त्या शेतीवर उपजीविका करतात. या भागातले अधिकांश लोक उत्तर प्रदेशातून इकडे आलेले आहेत. ब्राह्मण, क्षत्रिय आणि वैश्य हे तर सगळेच तिकडे आहेत. इतर जातींपैकी कोरव लोक कौरवपांडवांशी आपला संबंध जोडतात. आभीर व चमार हे स्वत:ला कनोजी समजतात. तिथले नाव्ही, धोबी, कोष्टी, सुतार, लोहार, इत्यादी सर्व लोक इतर प्रदेशातल्या चालिरीती पाळतात. याशिवाय दक्षिणेकडील द्रविड वंशाचे लोकही तिथे वसलेले आहेत. त्यांतील गोंड व कोंड हे प्रमुख आहेत. गोंड स्वत:ला रावणवंशी समजतात. मेघनाद हा रावणाचा पुत्र. सिवनी, छिंदवाडा या भागांतले लोक त्यांची सामुहिक पुजा-अर्चा प्रार्थना करतात. कलिंग देशातून कलंगा लोक इकडे आले, तर कोकणांतून उरावं येऊन वसले. मात्र इथल्या लोकांतल्या संस्कृतीवर गोंड लोकांचा विशेष प्रभाव दिसतो. अशा प्रकारे या प्रदेशात आर्य व द्रविड संस्कृतीचे मिश्रण झालेले दिसून येते.

कमार

मध्यप्रदेशातील रायपूर, बिंद्रनवागढ, सुअरमार, फिंगेश्वर, धमतरी इत्यादी भागांत राहणाऱ्या एका आदिवासी जमातीला कमार असे म्हणतात. हा प्रदेश छत्तीसगडचा दक्षिण भाग असून अगदी डोंगराळ आहे. कमार मूळचे कुठले याची माहिती उपलब्ध नाही. हे लोक मध्यम बांध्याचे आणि दणकट शरीराचे असतात. त्यांचा वर्ण तपकिरी असून केस काळे व राठ असतात. पूर्वी ते फारसे कपडे वापरत नसत. अलीकडे पुरुष धोतर नेसतात आणि स्त्रिया लुगडे वापरतात. हे लोक काटक कष्टाळू व उद्योगप्रिय आहेत. कमार स्वभावाने शांत आहेत. ते उत्तम धनुर्धर असतात. स्त्रिया फार आनंदी व विनोदी असतात. त्या सर्वांगावर गोंदून घेतात.

कमारांचे पारंपरिक उद्योग म्हणजे शेती, मासेमारी, शिकार हेच आहेत. याशिवाय बांबूपासून टोपल्या, सुपे, पेट्या, चट्या, तट्टे इत्यादी बनवण्यात हे फार कुशल असतात.

या जमातीमध्ये उपजाती नाहीत. उच्चनीच असे वर्ग नाहीत. जमातीचे कायदे व रुढिबंधे यांची अंमलबजावणी प्रादेशिक पंचायतीद्वारा केली जाते. यांची कुटुंबसंस्था पितृसत्ताक असून सामायिक कुटुंबे सहसा आढळत नाहीत. कमार जातीचा सर्व कारभार पंचायतीच्या सत्तेखाली चालतो. बहुतेक सर्व गुन्ह्यांसाठी शिक्षा म्हणजे जमातीला मेजवानी द्यावी लागते.

कमार लोक महादेवाला विश्वकर्ता मानतात. मनुष्याचा जीव भगवानाच्या इच्छेनुसार जन्ममृत्यूच्या फेऱ्यात सापडतो व ठाकूरदेव सर्वांचे भुताखेतापासून रक्षण करतो अशा त्यांच्या कल्पना आहेत. पांडव, हनुमान, दुल्हादेव हे देवदूत समजले जातात. त्यांच्या घरात माता, दुधराज, पूर्वजांचे आत्मे या सर्व कुलदैवतांची स्थापना ओट्यावर केलेली असते. प्रत्येक धार्मिक प्रसंगी त्यांची पूजा करतात. बडीमाता, माई, देवी ही मातेचीच भिन्न रूपे असून त्या रोगराईचे निवारण करतात असे मानतात. या देवांच्या मूर्ती नसतात. कमारांना भूतपिशाच्चांची फार भीती वाटते. त्यांचा कोप झाल की बलिदान करून त्यांना प्रसन्न करणे एवढाच त्यांचा धर्म असतो. याशिवाय धूप जाळून होम करण्याचीही प्रथा आहे. 'हरेलीज व 'पोरा' असे त्यांचे दोन सण श्रावण-भाद्रपद महिन्यांत येतात. त्यावेळी कुलरक्षक देवतांची पूजा करतात. नवीन धान्ये तयार होते तेव्हा 'नवखाई'चा सण असतो. दिवाळी, दसरा, होळी हे सणही कमार लोक पाळतात. होळीच्या प्रसंगी ठाकूरदेवापुढे होमहवन करून धूप

कमार जमात

जाळतात. त्याला मोहाची फुले अर्पण करतात आणि त्या फुलांची इतर मांसादी पदार्थासह मेजवानी करतात.

या जमातीत बैगाचे महत्त्व फार आहे. तो स्वयंभू असतो; म्हणजे स्वत:च्या गुणांमुळे त्याल सामर्थ्य प्राप्त झालेले असते अशी त्यांची समजूत आहे. त्यांचे अनेक प्रकार आहेत. डिह बैगा हा धार्मिक विधी करणारा पुरोहित असतो. नाडी छुवैय्या बैगा हा नाडी चिकित्सा करून औषधे देतो. झाडपुकय्या बैगा हा मंत्रबळाने भुताखेतांना पिटाळून लावतो. सर्वांत श्रेष्ठ गुनी बैगा. तो देवतांना आवाहन करून त्यांना प्रसन्न करू शकतो.

कोरवा

सरगुजा भागात कोरवा नावाची द्राविड जमात राहते. यांच्यामध्ये आगारिया दांड, डिह आणि पहाडी असे पोटभेद आहेत. पहाडी कोरवा हे अतिशय रानटी असून दिसायलाही भयानक आहेत. त्यांच्याविषयी एक आख्यायिका सांगतात. ती अशी-

सरगुजामध्ये ज्या पहिल्या मानवाने वसती केली. त्याच्या शेतीचे जंगली श्वापदांपासून नुकसान होऊ लागले. तेव्हा त्यांना भिवविण्यासाठी माणसांनी आपल्या शेतात बुजगावणी उभी केली. ज्या वेळी त्या भागातील मोठ्या भुताला ही बुजगावणी दिसली तेव्हा त्याने आपल्या भक्तांचा त्रास वाचविण्यासाठी व पशुपक्ष्यांना भिवविण्यासाठी ती बुजगावणी सजीव केली. ही जिवंत बुजगावणी म्हणजेच कोरवांचे पूर्वज होत.

हे लोक 'खुरिया राणी' या देवीला भजतात.

मीडियागोंडा मध्ये साखरपुडा झाल्यावर दोन वर्षांनी लग्न करतात. विवाह सुखकारक होईल किंवा नाही ते शकुन पाहून ठरवितात. पाण्याने भरलेल्या एका पितळी भांड्यात तांदळाचे दोन दाणे वेगवेगळे टाकतात. ते एकत्र आले तर विवाह सुखाचा होईल आणि एकत्र आले नाही तर दु:खाचा होईल असे मानतात. कन्याशुल्क चौदा रूपये घेतात. बस्तरमध्ये नवरा मुलगा वधूला नेण्यासाठी आला, की तो शेजारच्या घराच्या माळ्यावर जाऊन लपते तिथून खाली आणून नवरा मुलगा तिला आपल्या घरी घेऊन जातो. पंचायतीत दहा रुपये भरल्यावर स्त्रीला घटस्फोट मिळतो. व ती आपल्या प्रियकराकडे जायला मोकळी होते. काही गोंडात राक्षसविवाह प्रचारात आहेत. एखाद्या तरुणाला लग्न करायची इच्छा झाली की तो आसपासच्या खेड्यांत आपल्याला योग्य अशा तरुणीचा शोध करतो. तशी ती आढळल्यावर ती जिथे कामाला असेल तिथे आपल्या मित्रांसह जाऊन करस्पर्श करतो. काही वेळा या प्रसंगी दोन्ही बाजूंनी थोडी झटापटीही होते. पण त्याचा उपयोग होत नाही. कारण एकदा करस्पर्श झाला की, त्या दोघांचा विवाह झाला पाहिजे असा नियम आहे.

कमार जातीतील वधूवर वयात आल्यानंतर लग्न होते. लग्नात मध्यस्थाचे

काम करणाऱ्याला 'महालिया' म्हणतात. साखरपुड्याच्या प्रसंगी दोन्ही पक्षांच्या अंगांवर मद्य शिंपडले जाते. त्यामुळे ते लग्न पक्के ठरले असे मानले जाते. लग्नाच्या वेळी वधूवर एका खांबाला सात प्रदक्षिणा घालतात. मग त्यांना तेल, हळद, लावतात. त्या विधीला 'तेलचढण' म्हणतात. दुसऱ्या दिवशी वधू आपल्या सासरी जाते. आणि तिथे 'तेलउतरण' विधी होतो. नंतर वधूवर एकमेकांवर तांदूळ टाकतात. शेवटी 'लगीन-उठाण' हा विधी असतो. त्यातली दोघे विवाह स्तंभाला सात प्रदक्षिणा घालतात. कमारांच्या लग्नांत कोणत्याही पक्षाला देज द्यावा लागत नाही.

कोरवा जमातीमध्ये बाळंतिणीला दोन महिने 'सुवेर' असतो. असे मानतात. दोन महिने झाल्यावर मुलाचे व तिचे पाय भाताच्या नाव ठेवण्याचा विधी त्याच्या जन्मानंतर पंधरा किंवा वीस दिवसांनी करतात. नावाची निवड वृद्ध माणसे करतात.

लहान मुलांचे खेळ

छत्तीसगडच्या लहान मुलांमध्ये अटकन-बटकन हा एक अतिशय लोकप्रिय सामूहिक खेळ आहे. या खेळात मुले अंगणात गोल करून बसतात आणि त्यानंतर जमिनीवर हाताचे पंजे उघडे ठेवतात. ज्याच्यावर राज्य असेल तो मुलगा उजव्या हाताच्या बोटाने त्या उघड्या पंजांना क्रमाक्रमाने स्पर्श करतो. गाण्याच्या शेवटी ज्या पंजावर त्याचे बोट असेल, त्याने पंजा सुलट करावयाचा असतो. अशा प्रकारे सर्वांचे पंजे सुलटे झाले की, ज्याचे पंजे सर्वांत शेवटी सुलटे होतात तो मुलगा गाणे पुढे चालू ठेवतो. या गाण्यानंतर एक दुसऱ्यांचे कान पकडून पुढील गाणे म्हणतात-

प्रमुख मुलगा-

अटकन बटकन दही चटाका, लउहा लाटा बन में कांटा ।
तुहुर तुहुर पानी गिरय, सावन म करेला फूटय ।
चल चल बेटी गंगा जाबो, गंगा ले गोदाओरी ।
आठ नागर, पागल, गोला सिग राजा ।
पाका पाका बेल खाबो, बेल के डार टूटगे,
भरे कटोरा फूटगे ।।

बाकीची मुले-

अतल के रोटी पतल के धान, एकर लंगडी धर बुची कान ।

गाण्याबरोबर एक दुसऱ्यांचे कान धरतात आणि पुनः पुढील गाणे म्हणतात-कऊ-मेऊ मेकरा के जाला, फूटगे कोहनि के आला ।

फुगडी हा खेळ लहान मुलींमध्ये खेळला जातो. चार, सहा मुली उकिडव्या बसून आपल्यात जशी बसफुगडी खेळतात त्याप्रमाणे पायाच्या तळव्यांवर पुढे मागे हालचाल करतात. दमल्यामुळे किंवा श्वास अपुरा पडल्याने जिचे पाय चालेनासे

होतात, ती मुलगी बाजूला होते. या बरोबरचे गीत असे आहे-

गोबर दे बछरु गोबर दे, चारो खूंटा ला लीपन दे ।
अपन खये गूदा गूदा, मोला देथे बीजा ।।
ए बीजा ला का करबो, रइ जाबो तीजा ।
तीजा के बिहान, दिन, सर्र सर्र ले लुगरा ।।
हेर दे भवजी, कपाट के खीला, केंव-केंव नरियाही मंजूर के पीला।
पाके बुदलिया राजा घर के पुतरी, खेलन दे फुगरी, फुगरी के फुन-फुन ।।

या फुन-फुन शब्दांबरोबर मुली आपल्या डाव्या उजव्या पायांची क्रमाक्रमाने पुढे मागे हालचाल करतात. फुगडी चालू असतांना खाली दिलेले गाणे गातात-

बेल आई बेल आई कोन्हा म छबील बाई ।
मारेन मुटका, हेराबोन तल पतरंगी छूटगे, छुवैया गंडी मोर ।

फुगडी खेळतांना जर एखाद्या मुलीचा हत जमिनीला टोकला तर बाकीच्या मुली अशा ओळी म्हणतात-

भरे कराही, भर गे, हरही टूटी हटगे, फुगरी रे फुन-फुन-फुन ।।

लंगडी हा एक बुद्धीचे चातुर्य व चलाखी दोन्हींची कसोटी लावणारा खेळ आहे. हा शिवाशिवीप्रमाणे खेळला जातो. यात मुले खाली बसून हात गुडघ्यांवर ठेवतात. जो सर्वांत हात गुडघ्यावर ठेवतो तो उभा राहून पुढील ओळ म्हणतो-

चुन चुन मुंदरी
बाकी खेळणारी मुले उत्तरादाखल बसूनच म्हणतात-
ए खर चंदी गांव दे ।

या नंतर उभा असलेला मुलगा स्वत:चे डोळे झाकून घेतो. बाकीच्या मुलांपैकी कोणी तरी येऊन त्याच्या कपाळाला टिचकी मारून परत जाऊन बसतो. त्यानंतर डोळे उघडून टिचकी मारणाऱ्याला ओळखतो. त्यानंतर लगेच तो लंगडी घालत त्या मुलाला पकडायला धावतो. त्याला शिवले की पहिला मुलगा खाली बसतो व दुसऱ्या मुलावर राज्य येते. लंगडी घालणाऱ्या मुलाला चिडवण्यासाठी बाकीची मुले पुढील गाणे म्हणतात.

मोर चिरइया के गोड टूटगे, कहां लेगी, सरोय बर ।
बने रहीस त कौनो नी सके, संगवरी हरोय बर ।।
भोवरा भोवरा खेळतांना मुले पुढील गाणे म्हणतात-
लांवर म लोट लोट, तिखुर म झोर झोर ।
हंसा करेला पान, राम झुम बांस पान ।

सुपली म बेल पान, लठर जा रे मो भंवरा ।
मुन्नर जी रे मोर भंवरा ।।

खुडुवा (कबड्डी) खुडवा हा खेळ दोन संघांमध्ये आळीपाळीने कबड्डीप्रमाणेच खेळता जातो. या खेळात संघ बनविण्याचे नियम जरा वेगळे आहेत. दोन मुले दोन संघांचे कर्णधार बनतात. त्यानंतर बाकीची मुले जोडीजोडीने आपापसात गुप्त नावे निश्चित करून या दोन कर्णधारांकडे येतात. चटक जा असे म्हटल्यावर ते आपली गुप्त नावे सांगतात. त्या नावांवरून संघ ठरविले जातात. या खेळात कोणी पंच नसतात व सामुहिकपणे निर्णय घेतला जातो. खेळाबरोबर हे गाणे म्हणतात.

खुटी के आल पाल, खाले बीरा पान ।
आमा लगे अमली, बगइचा ले झोर ।।
उतर बेंदरा, खोंधरा ला टोर ।
तुवा के तुतके, झपके बुंदरु के ।।
बिच्छी के रेंगना, बूंग बाय टेंगना ।
राहेर के तीन पान, देख लेबों दिनभान ।।
चल कबड्डी आन दे, तबला बजावन दे ।

जेव्हा एक संघ प्रश्नाचे उत्तर देऊ शकत नाही तेव्हा दुसरा म्हणजे विजेता संघ पुढील गाण्यातून उत्तर देतो-

खुडवा डुडुवा नागर के हरई
भेंलवा उधवा, सुकुवा पहाती
मारें मुटका, फुटे बेल
तीन टुटुवा तिल्ली के तेल

डांडी पौहा डांडी पौहा हा खेळ एका रिंगणात खेळतात. मैदानात किंवा कोणत्याही मोकळ्या जागेत एक रिंगण आखले जाते. खेळणाऱ्या दोन्ही संघांची सर्व मुले रिंगणात असतात. एक मुलग रिंगणाच्या बाहेर असतो. सर्व मुले पुढील गाणे तालासुरात म्हणत असतात. गाण्याच्या शेवटच्या ओळीत बाहेरचा मुलगा आतल्या कोणत्याही मुलाचे नाव पुकारतो. त्यानंतर ताबडतोब विरुद्ध संघातील सर्व मुले रिंगणाच्या बाहेर येतात व आतल्या संघाची मुले त्या मुलाला आत खेचतात तर बाहेरची मुले त्याला बाहेर ओढायचा प्रयत्न करतात. या ओढाताणीत जो जिंकेल तो संघ हा खेळ जिंकतो. यातील गाणे असे आहे.

एकटा मुलगा - क करुं कूं
समूह - काकर कुकरा
स. - राजा के
ए - का चारा
एकल - कनकी कोंढा
समूह - ढील दूहु ता
ए. - राजा ल बता दुहुं ता
समूह - डांडी पोहा
ए. राजा ल बता दुहुं ता
समूह - डांडी पोहा
स. काकर मुंड झउहा
ए. - .... (खोरु)
स - काकर नाव४४
ए. - .... (वरन्) के

आणि त्यानंतर खेचाखेच सुरू होते.

डंडा पचरंडा गायींना चरायला घेऊन गेले असतांना वेळ घालवण्यासाठी हा खेळ खेळला जातो. यात फक्त काठी हे साधन असते.

ग्रामीण भागातील महिला आर्थिक दृष्टीने गरीब असल्या तरीही स्वतंत्र बाण्याच्या व स्पष्टवक्त्या असतात. चूडी पहनाना या इकडच्या एका रिवाजानुसार कोणतीही लग्न झालेली स्त्री तिच्या मनाने विवाहबंधनातून मुक्त होऊ शकते. येथे अधिक मात्रेमध्ये देवीची मंदिरे आहेत. उदा. शबरी, दांतोश्वरी, महामाया वगैरे. याचा असा अर्थ होत नाही की पुरुषाची सत्ता अजिबात चालत नाही. देशात सगळीकडे जे दिसते तेच या प्रदेशात थोड्याफार फरकाने दिसून येते.

छत्तीसगड राज्यातील काही भागात असा समज आहे की, काही स्त्रिया चेटूक किंवा जादूटोणा करू शकतात व त्यांच्या जवळ मैली विद्या किंवा काळी शक्ती असते. इतकेच नाही. तर वैयक्तिक सूड उगवण्यासाठी किंवा मालमत्ता हडपण्यासाठी एखाद्या स्त्रीला टोणी(चेटकीण) ठरवून तिचा पुरुष मांत्रिकाकरवी छळ करणे, वाळीत टाकणे असे प्रकार घडत असत. त्यासाठी टोणी अत्याचार निवारण कायदा २००५ साली केला गेला. स्त्रियांचे अशा दुष्टप्रवृत्तीपासून संरक्षण करण्यासाठी या कायद्याची कसून अंमलबजावणी करणे आवश्यक आहे.

★★★

४. भाषा आणि साहित्य

छत्तीसगडची अधिकृत किंवा राज्यभाषा हिंदी आहे आणि राज्यातील नागरी किंवा शहरातींल लोक हीच भाषा वापरतात. छत्तीसगडमधील ग्रामीण भागातील बहुतांश लोक छत्तीसगडमधील छत्तीसगडी ही हिंदीचीच एक बोलीभाषा वापरतात. काही भागात तेलगु भाषासुद्धा प्रचलित आहे. आजुबाजूच्या डोंगराळ प्रदेशातील लोकांमध्ये छत्तीसगडी भाषेला खलताही असे नाव आहे तर संबलपुरी आणि ओडिया भाषा बोलणारे लोक या भाषेला लारिया या नावाने ओळखतात. छत्तीसगड राज्यात भोजपुरी, ओडिया आणि कोशली या भाषा बोलणारे लोकही बऱ्याच संख्येने आहेत.

छत्तीसगडी

छत्तीसगड या भागात बोलल्या जाणाऱ्या बोलीस छत्तीसगडी असे नाव आहे. ही हिंदीचीच एक बोलीभाषा आहे. हिला वेगळी लिपी नाही. अथवा प्राचीन साहित्यही नाही. अवधी भाषेशी हिचे बरेच साम्य असल्यामुळे हिला अवधीचे एक विकृत स्वरूप मानतात. या भाषेत लोकसाहित्य मात्र विपुल आहे.

या प्रदेशात अनेक लोक डोंगर, मैदाने व नद्या आहेत. घनदाट अरण्ये असून शेतीभातीही पुष्कळ लोक करतात. निरनिराळ्या भागांत वसलेल्या लोकांनी विविध प्रकारची ऋतुगीते, कृषिगीते,संस्कारगीते, वीरगाथा इत्यादी गीते रचलेली आहे. देवीची स्तवनेही आहेत. करमा, ददरिया, सुआ, बांस ह्या गीतांमधून तिथल्या लोकजीवनाचे दर्शन घडते. जीवनाचा पुरेपूर उपभोग घ्यावा. हसावे, खेळावे, उद्याची चिंता करू नये अशी त्यांची आनंदी वृत्ती पुढील करमा गीतात दिसते.

जीयत जनम लेबे, हंसि लेबो।
खेल लेंबो मरे ले इलम संसार।।

अर्थ- जगण्यासाठी जन्म घेतला आहे. आपण हसू या, खेळू या, मेल्यावर

संसार दुर्लभ होईल.

ददरिया गीते म्हणजे प्रेमविरहाची गीते. सर्व लोकगीतांमध्ये हा प्रकार उत्कृष्ट आहे. ही गीते सवाल-जवाबासारखी असतात. आणि त्यांत स्त्री-पुरुष दोघेही भाग घेतात.

पुढील बांस गीतात शारदामातेंची प्रार्थना केली आहे.

सारदा माता सरसती भवानी ओ देवी,
तोला बदन कहों कर जोर हो।
जऊन जऊन अच्छर सुध विसरावों, माता
कंठ बैठवे मोर हो.
सुघ्घर अमली सुघ्घर अमुवा भैया,
सुघ्घर सगरी के पार हो ।
सुघ्घर पनिहारिन घियरी
खोजत हम कुरकूट घाट हो।।

साधारणपणे प्रत्येक धार्मिक समारंभाच्या आधी हे गीत गाण्याची चाल आहे. येथील लोकांचे जीवन कठीण व कष्टमय असले तरी, त्यांची भाषा मात्र नाजूक व मधूर आहे.

छत्तीसगड मधील समाजसुधारक

छत्तीसगडच्या इतिहासात सामाजिक व धार्मिक सुधारणा तसेच राजकीय बंडाळ्या यांची संख्या उल्लेखनीय आहे. वन्य जमाती व आदीवासात्यांच्या संस्कृतीच्या जतनासाठी झगडले तर दलित वर्ग त्यांच्या झालेल्या आर्थिक व सामाजिक शोषणाविरूद्ध लढला आहे. याच्याच परिणामस्वरूपी रामनामी पंथ, सतनाम पंथ, कबीर पंथ आणि रामदास पंथ यांची स्थापना झाली.

रामदास पंथ

रामानंद हे एक सामाजिक व धार्मिक सुधारणा घडवून आणणारे सत्पुरुष होते. त्यांचे अनेक चाहते होते. त्यांपैकी रविदास किंवा रायदास या लाडक्या नावाने ओळखला जाणारा एक दलित अनुयायी हा फारच निष्ठावान होता व गुरुजींपासून प्रेरणा घेऊन त्याने त्यांच्याकडून शिकलेला समानतेचा संदेश सगळीकडे प्रसृत करावयास सुरवात केली. लवकरच तो समाजातल्या गरीब वर्गात लोकप्रिय झाला. व तो त्यांचा लाडका नेता म्हणून सर्वमान्य झाला. त्याच्या अनुयायांनी स्वत:ची

रामदासी किंवा रामदास पंथी अशा नावाने ओळख द्यायला सुरवात केली. हे अनुयायी मुख्यत: दलित समाजातील होते व सामाजिक व धार्मिक समानता हा त्यांचा संदेश आहे.

रामनामी पंथ

समाजातील ब्राह्मणी वर्चस्वाने पीडित अशा दलित वर्गाने अस्पृश्यता व अशाच वाईट चालीरीतींच्या विरोधात हा पंथ सुरु केला. त्यांचे आराध्य दैवत राम आहे व स्वत:च्या शरीरावर रामनाम गोंदवून घेण्याची या पंथाच्या अनुयायांची प्रथा आहे.

सतनाम पंथ

एकोणिसाव्या शतकात दलितांच्या छोट्या छोट्या गटांद्वारे अन्यायाविरुद्ध चळवळ सुरु झाली. घासीदास या अतिशय साध्यासुध्या शेतकऱ्याच्या नेतृत्त्वाखाली या चळवळीतील लोकांनी स्वत:ला सनामीरा हे नाव घेतले. यांच्यात मदिरापान, धूम्रपान, तंबाखू खाणे, मांसाहार, वगैरे निषिद्ध मानले जाते. पारंपारिक हिंदू देवदेवतांच्या मूर्तीपूजेला त्यांचा विरोध आहे. ते वर्णरहित समाज व सर्वांविषयी समभाव याला पाठिंबा देतात. या पंथात भूमीहीन मजूर व कुळाने शेती करणाऱ्यांची मोठी संख्या आहे. या पंथाचे पहिले गुरु घासीदास यांनी या पंथाच्या धर्मगुरूंची अनुवाशिंक गादी स्थापित केली. छत्तीसगडमधील भांडार व गिरोध येथे या पंथाची मुख्य केंद्रे आहेत.

छत्तीसगडच्या संस्कृतीमध्ये नृत्य आणि गाणे फारच महत्त्वपूर्ण आहेत. यांच्या लोकगीतांमध्ये वैविध्य आहे. छोटी छोटी परंतु अत्यंत भावनाप्रधान आणि सूर व तालाने बद्ध अशी गीते छत्तीसगडच्या संस्कृतीचे वैशिष्ट्य आहेत. छत्तीसगडच्या मुख्य आणि लोकप्रिय गीतांची उदाहरणे द्यायची झाली तर भोजली, पंडवानी, जस जीत, भरथरी लोकगाथा, बाँस जीत, गउरा गउरी गीत, सुआ गीत, देवार गीत, करमा, ददरिया, जंडा, फाग, चनौनी, राऊत गीत आणि पंथी गीत अशी देता येतील. या पैकी सुआ, करमा, डंडा व पंथी हे प्रकार नृत्याबरोबर गायले जातात.

सुआ गीत हे एक अत्यंत करुण गीत असते. येथे स्त्री सुआ म्हणजे पोपटाप्रमाणे पिंजऱ्यात बंद आहे आणि पुढील जन्म न मिळो अशी विनवणी करते आहे. हे गीत प्रामुख्याने गोंड आदिवासी स्त्रियांचे नृत्यगीत आहे. दिवाळीच्या दिवसांत स्त्रिया अंगणामध्ये पिंजऱ्यात बंद असलेल्या पोपटाच्या मातीच्या मूर्ती सभोवती फेर धरून नाचतात व गातात. एका छोट्या टोपलीमध्ये भाताच्या हिरव्या लोंब्या ठेवून त्याच्यावर सुंदर रंगवलेला मातीचा पोपट ठेवला जातो. स्त्रिया गोलाकार

करून डावीकडे व उजवीकडे क्रमाक्रमाने वाकून टाळ्या वाजवतात. टाळी वाजवतांना डावा व उजवा पायपण क्रमाक्रमाने उचलून धरतात. एका गटातील बायका गाण्याची ओळ म्हणतात व दुसऱ्या गटातील बायका तीच ओळ पुन: म्हणतात. या गीताला फक्त टाळ्यांचा ताल असतो, कोणतेही वाद्य वाजवले जात नाही.

डंडा नाच हा फक्त पुरुषांचा नृत्यप्रकार आहे. होळी किंवा पिकांची कापणी झाल्यावर गावातील घराघरात आणि चावडीवर जाऊन रुपये व तांदूळ मागितले जातात. या बरोबर गायले जाणारे गीत म्हणजे डंडा गीत. रंगीबेरंगी कपडे परिधान करून व मोरपिसांचा शृंगार करून दोघाचौघांच्या गटात हे पुरुष नाचतात. प्रत्येकाच्या हातात एक डंडा म्हणजे साधारण दीडएक फूट लांब काठी असते. एकात एक दोन गोल रिंगणे करून नाचाची सुरुवात होते. रिंगणांच्या आत मध्यभागी वादक मंडळी मांदर व झांजा वाजवतात व एक म्होरक्या नाचाचे नियंत्रण करतो. वाद्यांच्या तालावर व लयीप्रमाणे नाचणाऱ्यांच्या पायांचा थिरकाव वाढत जातो. काही विविक्षित कालांतराने ते सर्व त्यांच्या हातातील काठ्यांद्वारे एकमेकांच्या काठ्यांवर आपल्याकडे टिपऱ्या किंवा गुजराथमध्ये दांडिया खेळताना करतात तसे आघात करून ताल धरतात. नाचातील गाणे एक जण (म्होरक्या) म्हणतो व बाकी त्याची री ओढतात. नाचाची लय म्होरक्या किंवा रिंगणाच्या आतला मुख्य पुरुष, अ.हू.ई असे वेगवेगळे आवाज काढून वाढवतो. जेव्हा जेव्हा म्होरक्या कुई-सुई असे ओरडतो तेव्हा रिंगणाबाहेर नाचणारे रिंगणात येतात व आतले बाहेर जातात. नाचतांना पावले पूर्णपणे जमिनीवर ठेवून प्रथम उजवा व नंतर डावा पाय वर गुडघ्यापर्यंत उचलला जातो.

पंथीनाच हा नाच १८ डिसेंबर म्हणजे सतनामी पंथाचे संस्थापक बाबा घासीदास यांच्या जयंतीच्या दिवशी गावोगावी केला जातो. हा पण प्रामुख्याने पुरुषांचा नृत्यप्रकार आहे. १५ ते २० जणांचा एक गट गोल रिंगणात नाचतो व गाणे म्हणतो. यातही मांदर व झांजा ही वाद्ये वाजविली जातात. मांदरचे धिन चा धिनचा ना धिन असे असतात व गाण्याचे शब्द बाबा घासीदास हो, असे असतात.

नाचणाऱ्यांच्या पायात घुंगरू बांधलेले असतात. सुरुवातीला अत्यंत मंद गतीने घुंगरांचे बोल वाजतात व जसजसे मांदरचे बोल द्रुत होतात तशी गाण्याची लय वाढते आणि तसे नाचणाऱ्यांचे पायही अधिक वेगाने घुमू लागतात. हात कधी कमरेवर ठेवून, तर कधी सरळ पुढे किंवा मागे करीत आणि त्याच ठेक्यावर डोक्याच्याही हालचाली करीत नर्तक आणि वादक इतके एकाकार होतात की, प्रेक्षकांना घुंगरू व मांदर यांच्या आवाजातील फरक जाणणे अशक्य होते.

मडई राऊत गीत हे गीत दिवाळीनंतरच्या दिवसांत देवउठी एकादशी ते

कार्तिकी पौर्णिमेच्या दरम्यान राऊत जातीच्या लोकांकडून गायले जाते. लाठ्यांनी युद्ध करता करता गाण्याचे हे एक वीरश्रीयुक्त गीत आहे. यात शीघ्रकवितत्वाचा कस लागतो. गोल रिंगणात लाठीयुद्धाचा सराव करता करता पौराणिक, ऐतिहासिक, सद्य सामाजिक किंवा राजकीय प्रसंग व पात्रांवर आधारित विडंबनात्मक किंवा उपहासात्मक काव्यासोबत आपल्या शौर्याचे व पौरुषाचे प्रदर्शन केले जाते. रावत जातीचे आराध्य दैवत कछान आहे. रावत जातीचे लोक मुख्यत्वेकरून गायी-म्हशी पाळणारे असतात व आपल्या देवाकडे ते गावातील गाईगुरांच्या निरोगीपणाची मागणी करतात. भरपूर दूधदुभते मिळावे अशी प्रार्थना करून सर्व दुभत्या जनावरांच्या गळ्यात एक सुहाई-फ्लाश नावाच्या औषधी जडीबुट्टीची माळ घालतात. त्यावेळी पुढील ओळी गातात.

धन गोदानी भुइयां पावीं, पावीं हमर असीस,
नाती पूत ले घर भर जावे, जीवी लाख बरीस
चार महीना गाय चरायेन, खायेन, मही के झोर,
आइस कार्तिक महिना लक्ष्मी, घूटेन तो बिहोर ।

रावत लोक या नाचासाठी विशेष वेषभूषा करतात. लांब रंगीत धोतर डोक्याला पगडीसारखे गुंडाळतात, त्या पगडीवर काही सजावट करतात. तोंडाला हळद, पावडर, चमचम असे काही लावतात. अंगात बंडी व त्यावर कवड्यांनी बनवलेले जाकीट घालतात. दोरीत ओवलेल्या कवड्या या जाकीटात झुलीसारख्या लावलेल्या असतात. गुडघ्यापर्यंत रंगीत आखूड धोतर नेसतात. घुंगरांबरोबर पायात काही आभूषणे घालतात. रंगीबेरंगी पोषाखात नटून थटून या नाचासाठी सगळे सज्ज होतात. नाचात ढोलावर ढि चांग, ढि चांग असा ताल धरतात. रावत या स्वरात हो-हो-रे... ओ... असे गातात. वाद्ये थांबली की रावत दोन ओळींचा दोहा ऐकवतात-

ओलकी-कोलकी गाय चरावें, गाय के सिंग भारी ।
मालिक के घर जोहारे लागें, फुटहा कनौजी म बासी ।

याच्या बरोबर ढोलाचा ढि चांग, असा ताल असतो. झांजा पण झोंपाझोंपा अशा वाजविल्या जातात. रावताच्या उजव्या हातातील काठी फुले व अन्य जंगली पाने वगैरेंनी शृंगारलेली असते. ती उंच धरून तो नाचतो. त्याच्या डाव्या हातातील ढालीला दोन घंटा बांधलेल्या असतात, त्यांचाही घणघणाट त्या सर्व आवाजात मिसळतो.

शेतात पीक आले की, त्याबद्दल देवतांकडे कृतज्ञता व्यक्त करण्याची भारतात जुनी परंपरा आहे. **गौरा**च्या माध्यमातून गावातील सर्व देवी-देवतांचा

सन्मान केला जातो. छत्तीसगडमध्ये दोन प्रकारचा गौरा असता. बइठ गौरा आणि ठाढ गौर । पुरुष प्रधान लोक-नृत्यामध्ये ठाढ गौरा प्रचलित आहे. यामध्ये पूजा-अर्चा, फुले कुटणे, दिवे लावणे, माती खणून काढणे, त्यापासून मूर्ती बनविणे, तिची स्थापना करणे, मिरवणूक काढणे, प्रसाद वाटणे, विसर्जन करणे वगैरे विविध विधी केले जातात. हे विधी गौरी (पार्वती) आणि गौरा (शिव) यांच्या विवाहाचे विधी असतात. यात फारशी गेयता नसते. वाद्येपण वेगळीच असतात. भोपळ्यासारख्या पोकळ व सुकलेल्या फळाच्या दोन्ही बाजूंना चामडे ताणून लावलेले असते, त्याचा वाद्य म्हणून उपयोग केला जातो.

५. स्थलयात्रा

चित्रकूट धबधबा

याला भारतातील नायगारा असेही म्हणतात. बस्त जिल्ह्यातील जगदाळपूरपासून ३८ किमी अंतरावरील हा धबधबा भारतातील सर्वांत अधिक रुंदीचा धबधबा आहे. येथे जाण्यासाठी अरण्यातील दुर्गम रस्त्याचा वापर करावा लागतो. इंद्रावती नदीवरील या धबधब्याची उंची ९५ फूट असून पावसाळ्याच्या दिवसात नदीला पूर आला असताना घनदाट वनराईमधील या प्रतापाचे दृश्य बघण्यासाठी पर्यटकांची तुफान गर्दी

विंध्यचलाच्या पर्वतराजीतून वाहणारी इंद्रावती नदी ही नर्मदेची एक प्रमुख उपनदी आहे व तिच्या काठावरील **चित्रकूट** हे हिंदूंचे एक

महत्त्वाचे तीर्थक्षेत्र आहे. येथे दरवर्षी हजारो यात्रेकरू हरीच्या दर्शनास येतात. चित्रकूट रिझॉर्ट्स नावाचा एक अतिशय सुंदर रिझॉर्ट छत्तीसगड टूरिझम विभागाने तेथील धबधब्याच्या अगदी जवळ सुरू केला आहे.

मुगाबहार नदीवरील **तिरथगढ** धबधबा हा एक अतिशय नयनरम्य धबधबा कांगर व्हॅली नॅशनल पार्कमध्ये पाहता येतो. याची उंची १०० फुटाहून अधिक आहे व यातील पाणी इतके वेगाने खळाळून खाली पडते की, त्याचा रंग पांढराशुभ्र दिसतो. हिरव्यागार वनराजीच्या पार्श्वभूमीवर कोसळणारे पांढरेशुभ्र पाणी म्हणजे जणू काही दुधाच्या धारा आहेत असे भासते. येथे एक पार्वतीचे मंदिर आहे व दरवर्षी हजारो भाविक येथे दर्शनास येतात.

चित्रकूटच्या रस्त्यावरच जगदाळपूर १९ किमी अंतरावर इंद्रावती नदीवरच **चित्रधारा** नावाचा अजून एक सुंदर धबधबा आहे. बस्तर जिल्ह्यातील पोतनार नावाच्या एका लहानश्या खेडेगावाजवळची ही जागा मित्र आणि परिवारासह सहलीला जाण्यासाठी फारच उत्तम आहे. येथील पाण्याचा वेग आणि आसपासचे निसर्गसौंदर्य अवर्णनीय आहे.

या प्रदेशात हिंडतांना डोळ्यांना हिरव्या वनराईच गारवा अनुभवायला मिळतो आणि त्या बरोबर धबधब्यातून कोसळणाऱ्या पाण्याचे पांढरेशुभ्र रूपही न्याहाळायला मिळते.

तामरा घूमर हा असाच एक विलक्षण सुंदर धबधबा आहे. जगदाळपूरासून ४५ किमी अंतरावरच्या या स्थानावर जातांना निसर्गसान्निध्याची खरी मजा अनुभवायची असेल तर पायी (ट्रेकिंग) जाणे सर्वांत चांगले. गाडीने गेले तरीही हळुहळू थांबत थांबत सृष्टीसौंदर्याचा

आल्हादक आस्वाद घेत घेत जाण्याची मजा काही औरच आहे.

मांडवा धबधबा हा एक वेगळ्याच प्रकारचा धबधबा आहे, कारण यात पाणी नैसर्गिक अशा पायऱ्यापायऱ्यांवरून ७० फूट खाली उतरते. हे पाणी मग एका जलकुंडात जमा होते व त्यातून एका प्रवाहाद्वारे कांगर नदीला जाऊन मिळते. या दरम्यान त्या पाण्यापासून दोन धबधबे झाले आहेत. त्यापैकी एक म्हणजे तिरथगढ आणि दुसरा कांगरधारा. हे धबधबे कांगर व्हॅली नॅशनल पार्कमध्ये आहेत आणि जिल्ह्याच्या वनविभागाच्या अधिकाऱ्यांची परवानगी व तिकिटे घेऊन तिकडे प्रवेश करावा लागतो. हे पार्क पावसाळ्यात बंद असते व केवळ हिवाळा व उन्हाळा या ऋतूंमध्ये तेथे जायची परवानगी मिळू शकते.

भूवैज्ञानिकांच्या मते ही जमीन मूळची गाळापासून तयार झालेली असून त्यावर नंतर अग्निज खडक आले. त्यामुळे या विभागात अशी घड्या घातलेल्या चादरीसारखी जमीन आहे. या कारणाने कांगर नदीच्या उगमापाशी खडकांची रचना एखाद्या जिन्यासारखी आहे व त्यामुळे पाणी अशा विलक्षण प्रकारे वाहतांना दिसते.

कोरिया जिल्ह्यातील वैकुंठपूरपासून ६५ किमी अंतरावर बन्सीपूर नावाच्या छोट्याशा गावाजवळ खडक व जंगलाच्या मधोमध **आकुरी नाला** नावाचा एक छोटा धबधबा आहे. या जागेचे वैशिष्ट्य म्हणजे भर उन्हाळ्यातसुद्धा येथे अत्यंत थंड हवा असते व त्यामुळे या जागेला नैसर्गिक वातानुकूलित प्रदेश म्हणतात.

अमृतधारा धबधबा हा पण कोरिया जिल्ह्यातच आहे. हासडो नावाच्या नदीवरील या धबधब्याच्या पाण्यामुळे एक धुक्याचे वातावरण निर्माण होते. सुमारे ८०-९० फूट उंचीवरून १०-१५ फूट रुंदीचा पाण्याचा प्रवाह खालच्या खडकांवर आपटून बारीक जलबिंदू सगळीकडे पसरतात. येथे एक शिवमंदिर आहे. रामानुज प्रताप जुदेव या कोरियाच्या (तेव्हा त्याला सरगुजा म्हणत असत.) तत्कालिन राजाने १९३६ सालापासून महाशिवरात्रीच्या दिवशी येथे एक मेळा सुरू केला, जो **असूनही** दरवर्षी साजरा केला जातो. याच नदीवर गवर घाट, रामदाहा असे अजून दोन धबधबे आहेत.

जाटमाई व घाटराणी हे धबधबे महासमुंद जिल्ह्यात आहेत. येथे

जाटमाई धाम नावाचे एक मंदिर आहे. येथील निसर्गसौंदर्य अवर्णनीय आहे. पावसाळ्यात या ठिकाणी जाणे जवघटच नव्हे तर धोकादायकही असते. पावसाळ्यानंतर जेव्हा सर्व धबधब्यांत भरपूर पाणी असते, तेव्हा तिकडे जाणे सर्वांत चांगले असते.

एकंदरीत या राज्यावर निसर्गाने फारच मेहेरबानी केली आहे व राज्य सरकार आणि पर्यटन विभागातर्फे ट्रेकिंग, धाडसी खेळ किंवा तंबूमध्ये शेकोटी वगैरे पेटवून राहण्याचा कार्यक्रम अशा आकर्षणांद्वारे पर्यटकांना इकडे खेचण्याचे हरप्रयत्न चालू आहेत.

सरगुजापासून ९५ किमी अंतरावर **तात पाणी** नावचे गरम पाण्याचे झरे आहेत. बाराही महिने वाहणाऱ्या या झऱ्यांतील पाण्याला औषधी

कोतुम्सार गुंफा

गुण आहे, असे येथील जाणकारांचे मत आहे.

भिलाई

भारतातील सर्वांत पहिला पोलाद कारखाना येथे उभारलेला आहे. रशियाच्या सहकार्याने उभारलेल्या या कारखान्यातून उत्तम जातीचे पोलाद उत्पादन केले जाते. नवभारताच्या तीर्थस्थानांपैकी भिलाई हे एक स्थान आहे.

गुंफा

कोतुम्सार गुंफा

जगदाळपूरपासून साधारण ४० किमी अंतरावर या गुंफा आहेत. जमिनीखाली ३५ मीटर असलेल्या या गुंफांची लांबी अंदाजे १३७१ मीटर्स आहे. कांगेर नदीच्या किनाऱ्यावर असणाऱ्या या गुंफांचा शोध स्थानिक आदीवासी लोकांना इ.स. १९०० च्या आसपास लागला. १९५१ मध्ये श्रीशंकर तिवारी या सुप्रसिद्ध भूगोलतज्ज्ञांनी या गुंफांचा सखोल अभ्यास केला. यात प्रवेश करण्यासाठी लोखंडी तसेच सिमेंट काँक्रीटच्या पायऱ्या व कठडे बनवलेले आहेत. याच्या आतल्या जमिनीवर दगड-धोंडे, चिखल-माती आणि पाण्याची डबकी आहेत. खालच्या व आजूबाजूच्या दिशेने जाणारे अनेक उपमार्ग तिकडे सापडतात. चोवीस तास अंधार आणि एकसारखे तापमान (२८° सें + १° सें) हे या जागेचे वैशिष्ट्य आहे. नैसर्गिक गुंफांमध्ये लांबीच्या बाबतीत यांचा जगात दुसरा व भारतातील पहिला क्रमांक आहे. यात स्टॅलॅक्टाइट्स (अधोमुखी लवणस्तंभ) व स्टॅलॅग्माइट्स (ऊर्ध्वमुखी लवणस्तंभ)च्या संरचना आहेत. शास्त्रज्ञांना या संरचनांसंबंधी संशोधन करण्यात फारच रस आहे. या

गुंफाशी अनेक आदीवासी कथा निगडित आहेत. यांना गुपनपाल किंवा कुतमसर किंवा कुतमसर गुंफा या नावाने पण ओळखले जाते. यात एकंदर पाच दालने आहेत आणि अनेक विवरे आहेत. मुख्य सभागृहात जाण्यासाठी अरुंद जिना आहे. या सभागृहातील ध्वनीरचना विलक्षण आहे. येथील अंधाऱ्या दुनियेतील छतांवर, भिंतीवर आणि डबक्यांमध्ये वटवाघळे, कोळी, कीटक, बेडूक, साप, मासे वगैरे अनेक प्राणी सापडतात. खाली प्राणवायूचे प्रमाण अतिशय कमी असल्यामुळे विशिष्ट अंतराहून पुढे प्रवेश निषिद्ध आहे. १५ जून ते ३१ ऑक्टोबरपर्यंत पावसाळ्यामुळे गुंफा बंद ठेवली जाते. पुन: प्रवेशासाठी उघडण्याआधी खूप प्रमाणात साफसफाई करणे, गाळ काढणे अशी कामे करावी लागतात.

कैलास गुंफा या जगदाळपूरपासून ४० किमी. अंतरावर कांगेर व्हॅली नॅशनल पार्कमध्ये मिकुलवाडाजवळ स्थित आहेत. त्यांचा शोध १९९३ मध्ये लागल. जमिनीपासून ४० मीटर्सच्या उंचीवरील या गुंफा २५० मीटर्स लांब आहेत. यातील अधोमुखी व ऊर्ध्वमुखी लवणस्तंभांच्या रचना दृष्टीला स्तिमित करणाऱ्या आहेत. या गुंफेत प्रवेश करण्यासाठी एक अरुंद वाट आहे आणि आत शेवटाकडे एक प्रचंड मोठा शिवलिंगाच्या आकाराचा ऊर्ध्वमुखी लवणस्तंभ आहे. या गुंफाच्या भिंती पोकळ असून त्यावर हाताने प्रहार केला असता आश्चर्यकारक संगीतमय सूर ऐकू येतात.

गादिया पर्वत कांकेर जिल्ह्यातील हा पर्वत म्हणजे एक नैसर्गिक

इंद्रावती राष्ट्रीय

किल्ला आहे. यावर असलेल्या पाण्याचा तलाव कधीच सुकून जात नाही. या तलावाला कंद्र राजा धर्मदेवाच्या मुलींचे नाव (सोनल-रूपल) दिलेले आहे. या तलावाच्या दक्षिणेला चुरी पगार नावाची एक गुंफा आहे जी राजा व त्याच्या कुटुंबीयांसकट ५०० लोकांसाठी सुरक्षितपणे लपण्याची जागा होती. याच्या पूर्वेला एक ५० मीटर लांबीची जोगी गुंफा नावाची गुहा आहे, ज्यात साधू-महात्मे ध्यानधारणा करीत असत. या गुहेत एक लहानसे तळे आहे ज्यातून वाहणारे पाण खडकांवरून धबधब्यासारखे

कांगेर व्हॅली राष्ट्रीय उद्यान

पडते. या पर्वताच्या पायथ्याशी दूध नदी वाहते. महाशिवरात्रीच्या दिवशी हजारो भक्तगण येथे जमतात व भक्तिभावाने शिवाची आराधना करतात.

सरगुजा जिल्ह्यातील रामगढ आणि सीता बेंगडा या ठिकाणी वनवाासात असताना राम व सीता राहिले होते, असे स्थानिक लोकांच्या दंतकथामधून सांगितले जाते. रायगढ जिल्ह्यातील सिंघनपूर गुंफा पूर्व-ऐतिहासिक चित्रांसाठी प्रख्यात आहेत.

राष्ट्रीय उद्याने आणि अभयारण्ये

बस्तर जिल्ह्यातील इंद्रावती नदीच्या किनाऱ्यावर स्थित **इंद्रावती राष्ट्रीय उद्यान** वाघांसाठी असलेले अभयारण्य म्हणून १९८१-८३ मध्ये प्रस्थापित केले गेले. या उद्यानात गवताळ प्रदेश आणि पानझडी जंगले

आहेत. या जंगलात मुख्यत्वेकरून सागवान आणि शाल्व ही झाडे आहेत, तर अर्जुन, आवळा, तेंडू, बांबू अशीही झाडे आहेत. जवळपास, २८०० वर्ग किमी क्षेत्रफळाच्या या जंगलात वाघ बिबळ्या, हरणे, सांबर, चिंकारा, काळवीट, नीलगायी, गवे, कोल्हे, लांडगे, तरस, अस्वले असे विविध प्राणी राहतात.

कांगेर व्हॅली राष्ट्रीय उद्यान २०० वर्ग किमी क्षेत्रफळाच्या या अभयारण्यात वाघ, बिबळे, हरणे, चितळ, कोल्हे, अस्वले वगैरे प्राणी आहेत. या अभयारण्याला बफर झोन नाही व पश्चिमेकडून पूर्वेकडे

बरसूर

जाणाऱ्या दरीने उद्यानाचे दोन भाग होतात.

अमरकंटक या नर्मदा नदीच्या उगमस्थानाजवळ अचनकमार अभयारण्य आहे, जेथे गवा व बंगाली वाघ या दोन नामशेष होऊ लागलेल्या प्राण्यांच्या जातींचे संवर्धन केले जाते. १९७५ मध्ये हे ५५७ वर्ग किमी क्षेत्रफळाचे अभयारण्य वन्य जीवन सुरक्षा कायद्याच्या अंतर्गत अस्तित्वात आले. मध्य प्रदेशातील कान्हा वाघ अभयारण्याला हे कान्हा-अचनकमार नावाच्या एका डोंगराळ कॉरीडॉरद्वारा जोडलेले आहे. **बर्नावापारा अभयारण्य** हे १९७६ मध्ये प्रस्थापित केलेले अभयारण्य महासमुंद जिल्ह्यात असून त्याचे क्षेत्रफळ २४५ वर्ग किमी आहे. यातील प्रदेश काही ठिकाणी सपाट तर काही ठिकाणी डोंगराळ आहे व सर्वाधिक उंची ४०० मीटर्स आहे. येथे चार-शिंगी काळवीट, वाघ, पट्ट्यापट्ट्यांची तरसे, अस्वले, बिबळे, उडणाऱ्या खारी, साळिंदर, माकडे, गवे, रानटी कुत्री, चितर, सांबर,

रतनपूर

नीलगाय, अजगर, नाग वगैरे विविध प्राणी राहतात. **गोमर्दा राखीव जंगल** हे राजगढ जिल्ह्यातील सरनगढ तेहसीलमध्ये असून त्याचे क्षेत्रफळ २७८ वर्ग किमी आहे. येथे ही वाघ, अस्वले असे दुर्मिळ प्राणी राहतात.

पुरातत्वशास्त्रीय महत्त्वाची स्थाने

बरसूर इंद्रावती नदीच्या काठावर वसलेले दांतेवाडा जिल्ह्यातील बरसूर हे स्थान एके काळी हिंदू संस्कृतीचे अधिकेंद्र होते. या परिसरात १४७ निरनिराळी मंदिरे आणि तळी होती. हजार वर्षांपूर्वीच्या या मंदिरांचे भग्न अवशेष आजही येथे पाहण्यास मिळतात. विष्णूच्या काही सुंदर मूर्ती अजूनही सुस्थितीत आहेत कोरीव काम केलेल्या बारा दगडी खांबांवर उभ्या असलेल्या एका शिवमंदिराच्या बाहेरील भिंतीवर शृंगारिक व कामुक आकृती कोरलेल्या मिळतात. अजून एका शिवमंदिरात काळ्या ग्रॅनाईटमध्ये कोरलेली नंदीची मूर्ती व दोन गाभार आहेत. या मंदिराला कोरीव काम केलेले ३२ स्तंभ आहेत. या मंदिराचा नुकताच जीर्णोद्धार करण्यात आला. एका ५० फूट उंचीच्या मंदिरात कोणतीही मूर्ती नाही व त्याला स्थानिक लोक मामा-भानजा मंदिर असे म्हणतात. हे मंदिर सुस्थितीत आहे. या स्थानाचे सर्वांत मोठे आकर्षण म्हणजे एक अतिशय

मोडकळीस आलेले गणेश मंदीर आहे, पण आश्चर्याची गोष्ट अशी की, त्यातील महागणपतीच्या दोन्ही मूर्ती जश्याच्या तशा अबाधित आहेत. यापैकी मोठी आणि पाहणाऱ्याला भारावून टाकणारी मूर्ती ८ फूट उंच व १७ फूट रुंद आहे.

मल्हार (सारवपूर) बिलासपूरपासून १४ किमी अंतरावर इसवीसनापूर्वी एक हजार वर्षे या काळातील मंदिरांचे अवशेष सापडतात. हे पूर्वी राजधानीचे शहर होते. दहाव्या अकराव्या शतकातील पातालेश्वर केदार तसेच कलचुरी राजवटीतील दिदनेश्वरी मंदिर येथे पाहण्यास मिळतात. येथील मुख्य आकर्षण गोमुखी शिवलिंग आहे. देओर मंदिरात कलापूणर्ण मूर्ती अहेत. केंद्र सरकारने संचालित केलेले एक वस्तुसंग्रहालय पण येथे असून त्यात पुरातन शिल्पकृती जतन केलेल्या आहेत.

रतनपूर ही एके काळी छत्तीसगडची राजधानी होती. एका जुन्या किल्ल्याचे अवशेष येथे बघायला मिळतात. गणेशद्वार नावाच्या दरवाज्यावरील दगडात अप्रतिम कोरीव काम केले असून मुख्य प्रवेशद्वाराजवळ तांडव नृत्य करणारा शिव, तसेच विष्णू आणि ब्रह्मदेव यांच्या मूर्ती आहेत. आतमध्ये सितचौराई आणि जगरनाथ यांची मंदिरे आहेत. रतनपूरच्या राजवाड्यासमोर बाबा भैरवनाथांचे मंदिर आहे, ज्यात ९ फूट उंचीची भव्य मूर्ती आहे. रामटेकडीवरील राजवाड्यात रामपंचायतन दाखविणारे मंदिर आहे. एका टेकडीच्या पायथ्याशी भिंबाजी भोसल्यांनी निर्माण केलेले बुद्धेश्वर शिवाचे मंदिर आहे. या टेकडीच्या माथ्यावर एकबीरा मंदिर नावाचे एक लक्ष्मीचे देऊळ आहे आणि रत्नेश्वर महादेवाचे एक मंदिर आहे.

महासमुंदर जिल्ह्यात **सिरपूर** हे महानदीवर वसलेले शहर एके काळी श्रीपूर या नावाने प्रसिद्ध होते व दक्षिण कोशलची राजधानी येथे होती. कला, विज्ञान, अध्यात्म या दृष्टीने या शहराला ऐतिहासिक महत्त्व होते. येथील लक्ष्मण मंदिर, बुद्धविहार (आनंद प्रभू कुडी विहार, स्वस्तिक विहार) हे सुप्रसिद्ध आहेत. महाशिवगुप्त बालार्जुनाच्या काळात आनंद प्रभू नावाचे एक महान बुद्ध भिक्षू झाले होते, ज्यांनी सिरपूरमधील या सर्वात ख्यातनाम विहाराची निर्मिती केली. यात १४ खोल्या आहेत व प्रवेशद्वारावर दगडाच्या स्तंभांमध्ये द्वारपालांच्या मूर्ती कोरलेल्या आहेत.

विहारात बुद्धाची एक सहा फूट उंचीची मूर्ती विराजमान आहे. स्वस्तिक विहार हा नुकत्याच केलेल्या उत्खननात सापडला आहे. बौद्ध भिक्षूंच्या ध्यानधारणेचे व अभ्यास करण्याचे हे स्थान असावे असे मानले जाते.

सरगुजा या स्थानाचा इतिहास रामायणकालीन आहे असे मानले जाते. पुरातन अवशेष व शिल्पकलेचे नमुने इसवी सनापूर्वी असल्याचे समजते. राम, व लक्ष्मण चौदा वर्षांच्या वनवासात येथे आले होते, असे पवित्र ग्रंथांमध्ये नमूद केलेले आहे. रामगढ, सीता भेंगडा गुहा, लक्ष्मणगढ अशा जागांची नावे त्यांच्यावरूनच पडलेली आहेत. स्थानिक वस्ती मुख्यत्वेकरून पांडो व कोरवा जमातीच्या लोकांची आहे. हे लोक आपल्याला कौरव-पांडवांचे वंशज समजतात.

थिंथिनी पत्थर ही या प्रदेशातील एक चमत्कारिक वस्तू आहे, जी पुरातत्वज्ञांसाठी एक कोडे आहे. जवळजवळ २०० क्विंटल वजनाच्या आणि लांब दंडगोलाच्या आकाराच्या या मोठ्या पत्थराची उत्पत्ती दैवी असल्याचे मानले जाते. त्यावर प्रहार केला तर धातूवर प्रहार केल्यासारखा ध्वनी ऐकू येतो.

या प्रांतात अनेक पुरातनकालीन मंदिर पाहण्यास मिळतात. राजनंदगाव

दांतेश्वरी मंदिर

जिल्ह्यामधील डोंगरगढ येथील बांबलेश्वरी मंदिर एका १६०० फूट उंचीच्या टेकडीवर स्थित आहे. या टेकडीच्या पायथ्याशी छोटी बांबलेश्वरी असे एक मंदिर आहे. चैत्र (रामनवमी) व अश्विन (दसरा) महिन्यातील नवरात्रींच्या समयी येथे भाविकांची प्रचंड गर्दी उसळते.

मैकल पर्वतांच्या नयनरम्य परिसरातील घनदाट वनराजीत असलेल्या **भोरामदेव** मंदिरात आपल्याला धार्मिक व कामुक यांचा मनोहर संगम असलेल्या शिल्पकलेचे दर्शन होते. हे मंदिर फणीनाग वंशातील सहावा राजा गोपाल देव याने इ.स. १०८९ मध्ये बांधले. मंडवा महाल हे मंदिर याच वंशातील पंचवीसावा राजा रामचंद्र देव याने इ.स. १३४९ मध्ये बांधले. याला छत्तीसगडचे खजुराहो असे म्हणण्यात येते. या मंदिरातील शिवलिंग हे शिल्पकलेचा अप्रतिम नमुना आहे. येथील नैसर्गिक सौंदर्याच्या पार्श्वभूमीवरील या मानवनिर्मित शिल्पकलेचा व वास्तुकलेचा आस्वाद घ्यायला देशोदेशांतून पर्यटक येतात. कबीरगढ जिल्ह्यातील क्वारधापासून हे मंदिर १८ किमी अंतरावर आहे. रायपूर येथे सर्वांत जवळचे रेलवे स्टेशन व विमानतळ आहे.

चंपारण (पूर्वीचे नाव चंपाझर) या रायपूर जिल्ह्यातील स्थानाला धार्मिक महत्त्व आहे, कारण येथे वल्लभ पंथाचे संस्थापक व महान संत वल्लभाचार्यांचे जन्मस्थान आहे. त्यांच्या नावाने येथे एक मंदिर आहे व त्याच्या जवळच चंपकेश्वर महादेवाचे मंदिर आहे. माघ महिन्यात येथे दरवर्षी मोठा मेळा भरतो. तसेच वैशाख शुद्ध एकादशीला वल्लभाचार्यांचे अनुयायी येथे मोठ्या धामधुमीने त्यांची जयंती साजरी करतात. येथे येणाऱ्या भक्तांसाठी व यात्रेकरूंसाठी दोन मोठ्या धर्मशाळांची व्यवस्था आहे.

चंद्रहासिनी देवी मंदिर जंजगीर-चंपा जिल्ह्यात चंद्रपूरजवळ महानदीच्या काठावर हे मंदिर आहे. येथेही नवरात्रात मेळा भरतो व अनेक श्रद्धाळूंची देवीच्या दर्शनासाठी गर्दी जमते. जवळच दामुधरा येथे ऋषभ तीर्थ नावाच्या ठिकाणी राम-जानकी, राधा-कृष्ण आणि ऋषभदेव यांची मंदिरे आहेत.

दांतेश्वरी मंदिर

दांतेवाडा येथील हे जगदालपूरपासून ८४ किमी अंतरावरचे शक्तिरूपिणी मातेचे सुप्रसिद्ध मंदिर आहे. बस्तर प्रदेशाच्या धार्मिक, सामाजिक व सांस्कृतिक इतिहासाचे प्रतीक असलेले हे मंदिर शंखिनी आणि ढंकिनी या नद्यांच्या संगमावर वसलेले आहे. या मंदिराला अध्यात्मिक महत्त्वपण आहे. या मंदिराची कहाणी भारताच्या अन्य प्रदेशांमध्ये तितकीशी ज्ञात नसल्याने येथे नमूद करणे आवश्यक आहे. असे सांगितले जाते की, पुराणकालात दक्ष राजाने केलेल्या एका यज्ञात त्याने साक्षात महादेवाचा अपमान केल्यामुळे त्याची मुलगी क्षुब्ध झाली व तिने दक्षाच्या यज्ञकुंडात उडी मारून स्वत:चा प्राणत्याग केला. त्यामुळे क्रोधित झालेल्या महादेवाने दक्षाच्या यज्ञाचा नाश केला व सतीचा मृतदेह हातात घेऊन तेथे तांडव नृत्य आरंभिले. आख्यायिका पुढे असे सांगते की, हे महाभयंकर तांडव नृत्य थांबविण्यासाठी शिवाला सतीपासून दूर करणे आवश्यक होते. त्याचा उपाय म्हणून विष्णूने सुदर्शन चक्र सोडून सतीच्या देहाचे तुकडे तुकडे केले. हे तुकडे जिथे जिथे पडले त्या स्थानांना शक्तीपीठ असे म्हणले जाते. सतीचा दात येथे पडला होता, म्हणून या स्थळाला

दांतेवाडा व मातेच्या मंदिराला दांतेश्वरी मंदिर असे म्हणतात.

सध्या अस्तित्वात असणारे मंदिर चौदाव्या शतकात चालुक्य राजांनी दक्षिणी पद्धतीच्या मंदिर वास्तुकला शैलीत बांधले आहे. दांतेश्वरीची मूर्ती काळ्या दगडात कोरलेली आहे. मंदिराचे गाभारा, महा मंडप, मुख्य मंडप व सभा मंडप असे चार भाग आहेत. गाभारा आणि महामंडप यांचे बांधकाम दगडी आहे. मंदिराच्या प्रवेशद्वाराजवळ एक गरूडस्तंभ आहे. मंदिराच्या चारी बाजूंनी विस्तीर्ण आवार आहे, जे भिंतीद्वारे बंदिस्त केलेले आहे. मंदिराच्या शिखरावर अप्रतिम कोरीवकाम व कलाकुसर पाहण्यास मिळते.

दांतेश्वरी देवी ही बस्तरच्या राजघराण्याची कुलदेवता असल्याने जगदाळपूर येथेही तिचे मंदिर आहे. येथे हिंदू व आदिवासी दोन्हीही भक्तीभावाने देवीची पूजा करतात. बस्तरचा सुप्रसिद्ध दसरा सोहळा देखील येथेच साजरा केला जातो, ज्याची माहिती या पुस्तकात अन्यत्र दिली आहे.

बिलासपूर जिल्ह्यात बिलासपूरपासून २५ कमी अंतरावर देवराणी-जेठाणी मंदिर नावाचे मंदिर आहे. यातील मूर्ती ४ फूट रुंद व ७ फूट उंच आहे व तिचे वजन ८ टन आहे.

लक्ष्मण मंदिर

महासमुंद जिल्ह्यातील सिरपूर येथे असलेले **लक्ष्मण मंदिर** हे विटांपासून निर्माण केलेल्या भारतातील सर्वोत्कृष्ट मंदिरांपैकी एक समजले जाते. यातील अप्रतिम कोरीवकाम व शिस्तबद्ध आणि काटेकोरपणे केलेले बांधकाम खरोखर पाहण्यासारखे आहे. प्रवेशद्वारावरच भगवान शिवाच्या डोक्यावर छत्रीप्रमाणे आपली पणा धारण केलेली शेषनागाची शिल्पकृती वर्णनीय आहे. या शिवाय विष्णूचे अवतार, कृष्णाच्या लीला, शृंगारिक शिल्पकला यांनी भिंतीची सजावट केलेली आहे. या मंदिराला पंचरथ प्रकारचे मंदिर म्हणतात. याच्या स्तंभावर वातायन, चित्य गवाक्ष, भारवाहकगण, अज, कीर्तीमुख आणि कर्ण आमलक असे धार्मिक खंड कोरलेले पाहावयास मिळतात. आतल्या बाजूला मंडप, अंतराळ आणि गर्भगृह आहे. आर्किऑलॉजिकल सर्व्हे ऑफ इंडियाने या मंदिराच्या परिसरात एक म्युझियम प्रस्थापित केले आहे. यात दुर्मिळ मूर्ती आणि अवशेष ठेवले आहेत ज्या शैव, वैष्णव, बौद्ध आणि जैन पंथांच्या अनुयायांसाठी महत्त्वपूर्ण आहेत.

बाराव्या शतकात कालचुरी वंशाच्या राजवटीत राजा रत्नदेव यांच्या कारकीर्दीत बिलासपूर जिल्ह्यात रतनपूर येथे देवी महामायेचे मंदिर बांधण्यात आले होते. त्याचा आर्किऑलॉजी विभागाने जीर्णोद्धार केला आहे. या मंदिराच्या आसपास पाण्याची तळी आहेत. जवळच मराठा काळातील कांतिदेवल मंदिर पण आहे.

राजीवलोचन मंदिर

महानदीच्या किनाऱ्यावर वसलेले आणि रायपूरपासून ३० मिनिटाच्या रस्त्यावर असणारे राजिम हे गाव एके काळी महत्त्वाचे नगर होते. या ठिकाणी अनेक मंदिरे आहेत, ज्यातील मुख्य **राजीवलोचन मंदिर** हे एक विष्णूचे मंदिर शतकात जंजगीर-चंपा जिल्ह्यात शिवनारायणनगर येथे

महानदीच्या काठावर हैहय वंशाच्या राजांनी अकराव्या शतकात **लक्ष्मीनारायणाचे** एक (वैष्णव) मंदिर बांधले होते. रामायणातील भिल्लीण शबरी हिचा आश्रम येथे होता, अशी मान्यता आहे. माघ पौर्णिमेच्या दिवशी येथे मेळा भरतो. याच जिल्ह्यात जंजगीर नगरीच्या पश्चिमेला हैहय वंशाच्या राजांनी अजून एक विष्णूमंदिराच्या बांधकामाला सुरुवात केली होती, परंतु ते अर्धवट राहिले होते. भीमतलावाच्या किनाऱ्यावर हे मंदिर पाहण्यास मिळते.

उवासाग्गहरम पार्श्वतीर्थ हे दुर्ग जिल्ह्यातील नागपुरा येथे १९९५ मध्ये प्रस्थापित केलेले एक जैन तीर्थक्षेत्र आहे. येथे मंदिरे, अतिथिनिवास, निसर्गोपचार केंद्र, योग केंद्र आणि बगीचा आहे. पार्श्वनाथाच्या संगमरवरी मंदिराचे प्रवेशद्वार ३० फूट उंचीचे आहे. मुख्य मूर्ती चार स्तंभांवर स्थित आहे. हे स्तंभ आत्मनिरीक्षण, ज्ञान, सदाचार व तप या अध्यात्मिक परिमार्जनाच्या चार आवश्यक गोष्टींचे प्रतिनिधित्व करतात. या मूर्तीतून अमिया नावाचे पवित्र जल पाझरते. हत्तीच्या दोन मूर्ती पार्श्वनाथाची पूजा करीत आहेत, असे दाखविले आहे. दर पौर्णिमेच्या दिवशी शेकडो भाविक या पवित्र स्थळी गोळा होतात.

ऐतिहासिक स्मारके

जेव्हा बस्तरची राजधानी बरसूरहून जगदाळपूरला हलविली गेली, तेव्हा बस्तरच्या राजांनी बस्तरचा राजवाडा बांधला होता. आता सरकारने त्याला एका ऐतिहासिक स्मारकाचा दर्जा दिला आहे.

जगदाळपूर येथील विभागीय मानववंशशास्त्रीय म्युझियम १९७२ साली स्थापन केले गेले. बस्तरच्या आदिवासी जातीजमातींची संस्कृती व जीवनशैली यांचा अभ्यास, जतन, रक्षण, प्रदर्शन असे अनेक उद्देश मनाशी बाळगून हे संग्रहालय सुरू केले गेले आहे. येथील वेगवेगळ्या दालनांमध्ये अनेक प्रकारची शिरस्त्राणे, दागदागिने, चित्रकृती, संगीताची वाद्ये, शास्त्रे, लाकडी कोरीवकामाचे नमुने, पादत्राणे, मुखवटे, कलाकृती, शिल्पकृती आणि रोजच्या व्यवहारातील अनेक वस्तू ठेवलेल्या आहेत. या लोकांच्या चालीरीती, परंपरा, धार्मिक रूढी यांचे दर्शन आपल्याला या प्रदर्शनातून होते. या सर्व वस्तूंची पद्धतशीलपणे नोंद केली गेली असून त्यांच्या अस्सलपणाची खात्री पटवून देणारे दस्तऐवजही ठेवलेले आहेत.

या म्युझियममधील दुर्मिळ वस्तूंची मानववंशशास्त्र, भाषाशास्त्र, पुरातनशास्त्र आणि शारीरिक मानवशास्त्र अशा चार विभागात वाटणी केलेली आहे. मध्य भारतातील एक महत्त्वपूर्ण असे हे म्युझियम पर्यटकांसाठी एक मोठेच आकर्षण आहे. या वस्तूंचा वैज्ञानिकदृष्टीने अभ्यास करण्यासाठी या विषयात रस असलेले विद्यार्थी किंवा संशोधक या म्युझियमला आवर्जून भेट देतात.

विकासोन्मुख छत्तीसगड

राज्यात विद्युतनिर्मितीची एकंदर क्षमता ५६४९ मेगावॅट असून त्यापैकी ५२०७ मेगावॅट औष्णिक, ४७ मेगावॅट आण्विक, १२० मेगावॅट जलविद्युत तर २७४ मेगावॅट अपारंपारिक स्रोतांतून मिळणारी वीज आहे.

लोकसाहित्य

एका भागाला छत्तीसगड असे म्हणतात. रायपूर, विलासपूर रायगड, जगदलपूर आणि दुर्ग या पाच जिल्ह्यांचा सामवेश छत्तीसगएी या भागात होतो या भागात बोलल्या जाणाऱ्या बोलीस छत्तीसगडी असे नाव आहे. ही हिंदीचीच एक बोलभाषा आहे. हिला वेगळी लिपी नाही. अथवा

प्राचीन साहित्यही नाही. अवधी भाषेशी हिचे बरेच साम्य असल्यामुळे हिला अवधीचे एक विकृत स्वरूप मानतात. या भाषेत लोकसाहित्य मात्र विपुल आहे.

या प्रदेशात अनेक डोंगर, मैदाने व नद्या आहेत. घनदाट अरण्ये असून शेतीभातीही पुष्कळ लोक करतात. निरनिराळ्या भागांत वसलेल्या लोकांनी विविध प्रकारची ऋतुगीते, कृषिगीते, संस्कारगीते, वीरगाथा इत्यादी गीते रचलेली आहेत. देवीची स्तवनेही आहेत. करमा, ददरिया, सुआ, बांस ह्या गीतांमधून तिथल्या लोकजीवनाचे दर्शन घडते. जीवनाचा पुरेपूर उपभोग घ्यावा, हसावे, खेळावे, उद्याची चिंता करू नये, अशी त्यांची आनंदी वृत्ती पुढील करमा गीतात दिसते-

★ ★ ★

६. विकासोन्मुख छत्तीसगड

मानवी विकास निर्देशांक

२०११ साली छत्तीसगड राज्य हे देशातील सर्वाधिक मागासलेले राज्य होते. देशाचा सरासरी राष्ट्रीय मानवी विकास निर्देशांक ०.४६७ होता. पाकिस्तानमधील एक अर्थशास्त्रज्ञ महबुब उल हक यांनी भारतीय व नोबेल पारितोषिक विजेते अर्थशास्त्रज्ञ अमर्त्य सेन यांच्याबरोबर मानवी विकासाची व्याख्या बनवण्याचा उपक्रम १९९० साली केला होता. यात विविध देशांची अपेक्षित आयुर्मयादा, शिक्षण आणि उत्पन्नविषयक (राहणीमान) निर्देशांकांचा एकत्रित विचार करून क्रमवारी लावण्याचा प्रयत्न केला गेला होता. आणि संयुक्त राष्ट्र विकास प्रकल्पांर्तगत त्याचा अहवाल प्रकाशित केला गेला होता २०१० साली असमानतेच्या निकषांवर समायोजित केलेला मानव विकास निर्देशांक प्रस्तावित केला गेला, ज्याद्वारे असमानता नसल्यास अधिकाधिक किती विकास होऊ शकला असता याचा अंदाज बांधता येतो.

छत्तीसगडच्या राहाणीमानाचा निर्देशांक भारतातील सरासरीच्या बराच खालचा आहे व दरडोई उत्पन्नातसुद्धा राज्याचा क्रम खालच्या पाचमध्ये आहे. जमेची बाजू एवढीच की, या निर्देशांकामध्ये सतत वाढ होते आहे व राज्य प्रगतीच्या मार्गावर जोरदार वाटचाल करते आहे. उत्पन्नाचा निर्देशांक ०.१२७ आहे.त्याचबरोबर शिक्षणाच्या प्रसाराच्या बाबतीत छत्तीसगड हे देशाच्या सरासरी प्रगती निर्देशांकांच्या जवळपास आहे. देशाचे साक्षरतेचे प्रमाण ७४ टक्के आहे. तर छत्तीसगडमध्ये ७१ टक्के साक्षरता आहे. तसेच अनुसूचित जाती व जनजातींमध्ये साक्षरतेचे

प्रमाण राष्ट्रीय सरासरीच्या वर आहे. ही एक चांगलीच बाब आहे, तरीही काही क्षेत्रात प्रगती करणे आवश्यक आहे. उदाहरणार्थ, छत्तीसगडच्या बस्तर व दांतेवाडा जिल्ह्यातील साक्षरतेचे प्रमाण अतिशय कमी आहे व शालेय शिक्षण सोडून देण्याचे प्रमाण सर्वाधिक आहे. या भागातील सामाजिक विकासाच्या आड येणारी सर्वात महत्त्वाची बाब म्हणजे ग्रामीण क्षेत्रातील आत्यंतिक दारिद्र्य.

छत्तीसगडचा स्वास्थ निर्देशांक अतिशय कमी आहे. स्वास्थ निर्देशांकात बालमृत्यूचे प्रमाण, महिलांचे कुपोषण अशा गोष्टींचा समावेश केला जातो. छत्तीसगडमध्ये पाच वर्षाच्या आतील बालकांच्या मृत्यूचे व त्यांच्यातील कुपोषणाचे, तसेच महिला व बालकांच्या अशक्तपणाचे (वय व उंचीच्या मानाने शरीराचे अल्प वजन) अत्याधिक प्रमाण हे खरोखर चिंताजनक आहे. निरनिराळ्या स्वास्थ योजना व उपक्रम राबविले जात असूनसुद्धा परिस्थिती फारशी चांगली नाही, ही तर त्याहून गंभीर बाब आहे.

दरडोई उत्पन्नाच्या बाबतीत देखील परिस्थिती फारशी आशादायक नाही. इतर राज्यांच्या मानाने छत्तीसगडमधील दरडोई उत्पन्न फारच कमी असले तरी दरवर्षी त्यात होणारी ६ ते ८ टक्के वाढ प्रशंसनीय आहे. लवकरच छत्तीसगड अन्य राज्यांशी बरोबरी करू शकेल अशी शक्यता आहे.

राज्यातील ८०टक्के लोक ग्रामीण भागात राहतात व अर्ध्याहून अधिक लोकसंख्या अनुसूचित जाती व जनजातींची आहे. २०११ सालच्या जनगणनेनुसार अनुसूचित जातींची लोकसंख्या ७८ लाखांहून अधिक होती तर अनुसूचित जनजातींची संख्या ८० लाखांहून अधिक होती. या राज्यातील जननक्षमतेचा दर (३.१) हा सुद्धा बराच अधिक आहे. राष्ट्रीय सरासरी २.६ आहे. अगदी सोप्या भाषेत सांगायचे तर जननक्षमतेचा दर म्हणजे एक जोडप्याला होणाऱ्या मुलींची संख्या. पण बालमृत्यूचे प्रमाण अधिक असल्यामुळे एकंदर लोकसंख्येतील वाढ किंवा पुन:स्थापनाचा दर (२.१) आटोक्यात आहे. जननक्षमतेचे प्रमाण ग्रामीण भागात अधिक (३.२) आहे. तर शहरी भागात (२.१) आहे.

द्रारिद्र्याच्या बाबतीत छत्तीसगड बिहार व ओडिस्सापेक्षा किंचित वरच्या पातळीवर आहे. परंतु पन्नास टक्क्यांपेक्षा अधिक लोक द्रारिद्र्यरेषेच्या

खाली आहेत, ही एक गंभीर बाब आहे. शहरी आणि ग्रामीण दोन्ही भागात गरीबीचे प्रमाण एकसारखेच आहे. अनुसूचित वर्गातील गरीबीचे प्रमाण बिन-अनुसूचित वर्गापेक्षा अधिक आहे. गेल्या काही वर्षातील आर्थिक विकास किंवा प्रगती समाजातल्या तळागाळातल्या जनतेपर्यंत अजून पोहोचला नाही आहे असे खेदाने नमूद करावे लागते आहे. छत्तीसगड राज्यात पिण्याच्या पाण्याची परिस्थिती एकंदर देशातील परिस्थितीपेक्षा चांगली आहे. याचे कारण असे आहे की, सत्तर टक्क्यांहून अधिक घरांमध्ये कूपनलिका व हातपंप उपलब्ध केलेले आहेत. छत्तीसगडमधील केवळ एक चतुर्थांश लोकांना शौचालयाची सुविधा उपलब्ध आहे. जरी २००१ च्या परिस्थितीत २०११ मध्ये सुधारणा झाल्याचे दिसत असले तरीही हे प्रमाण अतिशय कमी आहे. यात दुमत नाही. दूरध्वनीची सुविधा देशभरात सर्वत्र असली तरी छत्तीसगड व झारखंड सारख्या प्रदेशात १० टक्के लोकांपर्यंतही ती पोहोचलेली नाही. मुंबई, दिल्ली सारख्या शहरात १०० टक्क्यांहून अधिक घनता दाखविली जाते. याचा अर्थ असा की, या शहरांतून एका व्यक्तीकडे एकाहून अधिक टेलिफोन /मोबाईल्स

असतात. १०० वर्ग किलोमीटर क्षेत्रात सरासरी ८१ किमी लांबीचे रस्ते असतात. हा आकडा छत्तीसगड राज्यात बराच कमी असून ग्रामीण क्षेत्रातील नवीन रस्ते बांधण्याचे काम फारच संथ गतीने चालत आहे.

छत्तीसगड राज्यात गेल्या काही वर्षात पुढील कंपन्यांनी आपला कारभार प्रस्थापित केला आहे. भिलाई स्टील प्लांन्ट, जिंदल स्टील अँड पॉवर भारत अल्युमिनियम कंपनी, इंडियन ऑईल कंपनी, चौहान हाऊसिंग प्रा.लि. एनएमडिसी साऊथएनटीपीसी, लँको इन्फ्राचेक, केएस के एनर्जी व्हेन्चर्स, वंदना विद्युत छत्तीसगड स्टेट पॉवर जनरेशन कंपनी छत्तीसगडमधून २००९ -१० या वर्षात पुढील ३५३ अमेरिकन डॉलर्स इतक्या किंमतीची निर्यात करण्यात आली ज्यापैकी तीन चतुर्थांश भिलई येथून केली गेली. यात मुख्यत्वेरून लोखंड, हातमागावर विणलेली वस्त्रे, हस्तकलाकृती, खनिजे, सिमेंट वगैरेंचा समावेश आहे. छत्तीसगड स्टेट इंडस्ट्रियल डेव्हलपमेंट कॉर्पोरेशन राज्यातून होणारी निर्यात वाढण्याच्या कामासाठी नेमलेली संस्था आहे. छत्तीसगडमधील प्रमुख शैक्षणिक संस्था म्हणजे बस्तर विश्वविद्यालय आणि सरगुजा युनिव्हर्सिटी, बस्तर. युनिव्हर्सिटी पं

रवीशंकर रायपूरमधून वेगळी काढण्यात आली आहे. व्यावसायिक शिक्षणासाठी छत्तीसगडमध्ये पुढील संस्था कार्यरत आहेत. इंडियन इंस्टिट्यूट ऑफ मॅनेजमेंट, रायपूर, नॅशनल इंस्टिट्यूट ऑफ टेक्नॉलॉजी, रायपूर, ऑल इंडिया इंस्टिट्यूट ऑफ मेडिकल सायन्सेस, रायपूर, हिदायतुल्ला नॅशनल लॉ युनिव्हरर्सिटी,त्या शिवाय काही खाजगी संस्थादेखील या क्षेत्रात उल्लेखनीय कार्य करीत आहेत.

त्या अशा :- श्री शंकराचार्य ग्रूप ऑफ इस्टिट्यूशन्स, भिलाई, दुर्ग गुरू, घासीदास विश्वविद्यालय कामधेनू युनिव्हर्सिटी अंजोरा दुर्ग अन्य युनिव्हर्सिटीज अशा आहेत गुरू घासीदास युनिव्हर्सिटी पंडित रवीशंकर शुक्ला युनिव्हर्सिटी, छत्तीसगड स्वामी विवेकानंद टेक्निकल युनिव्हर्सिटी, इंदिरा गांधी कृषि विश्वविद्यालय, पंडित सुंदरलाल शर्मा ओपन युनिव्हर्सिटी छत्तीसगड,

२००८ साली स्थापन केलेल्या सरगुजा विश्वविद्यालयाला ४२ महाविद्यालये संलग्न आहेत, ज्यात कला, वाणिज्य, विज्ञान, शिक्षण, कायदा, मॅनेजमेंट आणि समाजशास्त्र या विषयातील पदवीचे कोर्सेस घेण्यात येतात.

★★★